ஜிப்ரானின் படைப்புகளில் சாகாவரம் பெற்ற இலக்கியப் பெட்டகமாகக் கருதப்படுவது 'தீர்க்கதரிசி' என்ற உரைநடைக் கவிதை நூலாகும். 'தீர்க்கதரிசி' 1923ஆம் ஆண்டு வெளியிடப்பட்டது. "The Arabian Nights" என்ற இலக்கியப் படைப்பிற்கு ஈடாக 'தீர்க்கதரிசி' உலகப் புகழ் பெற்றது. விற்பனையில் பைபிலுக்கு அடுத்த படியாக 'தீர்க்கதரிசி' முதல் இடத்தைப் பிடித்து சாதனை நிகழ்த்தியது. 'தீர்க்கதரிசி' வெளிவந்தவுடன் ஜிப்ரானின் புகழ் எங்கும் பரவியது. 'தீர்க்கதரிசி' 25 மொழிகளில் மொழிபெயர்க்கப்பட்டது.

தீர்க்கதரிசி

கலீல் ஜிப்ரான்

தமிழில்
ச. இராசமாணிக்கம்

சந்தியா பதிப்பகம்
சென்னை - 600 083

தீர்க்கதரிசி

கலீல் ஜிப்ரான்

தமிழில்: ச. இராசமாணிக்கம்

முதற்பதிப்பு: 2011
இரண்டாம் பதிப்பு: செப்டம்பர், 2018

அளவு: டெமி ● தாள்: 60 gsm ● பக்கம் 104
அச்சு அளவு: 11 புள்ளி ● விலை ரூ. 110/-

அச்சாக்கம்: அருணா எண்டர்பிரைஸஸ்,
சென்னை - 40.

சந்தியா பதிப்பகம்
புதிய எண்: 77, 53வது தெரு, அசோக் நகர்,
சென்னை - 83.
தொலைப்பேசி: 9841191397.

ISBN : 978-93-81319-70-3

THEERKADHARISI

KAHLIL GIBRAN

Tamil Translation by

S. Rasamanickam

Printed at Aruna Enterprises.,
Chennai - 40.

Published by
Sandhya Publications
New No. 77, 53rd Street, 9th Avenue, Ashok Nagar,
Chennai - 600 083. Tamilnadu.
Ph: 044 - 24896979

Price Rs. 110/-

sandhyapathippagam@gmail.com
sandhyapublications@yahoo.com
www.sandhyapublications.com

SAN-498

முன்னுரை

கலீல் ஜிப்ரான்!

காலத்தைவென்று என்றும் நிலைத்து நிற்கும் பெருங் கவிஞன். இலக்கிய உலகின் முடிசூடா மன்னன் உரைநடைக் கவிதைக்கு முன்னோடி. உலகப் பேனா முனையை வாள்முனையாக்கி பழமைக்கும் பொய்மைக்கும் எதிராகப் போர் தொடுத்த புரட்சியாளன். தலை சிறந்த தத்துவஞானி. ஒப்பாரும் மிக்காரும் இல்லாத ஓவியன். குறுகிய காலமே வாழ்ந்திருந்தாலும் வரலாற்றில் இடம் பெற்ற சாதனையாளன்.

அவன் எழுதிய நூல்களின் எண்ணிக்கை ஏறத்தாழ இருபத்து ஐந்து. அவற்றுள் "தீர்க்கதரிசி" சாகாவரம் பெற்ற இலக்கியம். இருபதுக்கும் மேற்பட்ட மொழிகளில் மொழியாக்கம் செய்யப்பட்டுள்ளது. 'அரேபிய இரவுகள்' என்ற நூலுக்கு இணையாக விற்பனையில் சாதனை நிகழ்த்திய நூல். வெளிவந்த சில மாதங்களிலேயே இலட்சக்கணக்கான நூல்கள் விற்றுத்தீர்ந்தன. இந்த நூல் உலக அளவில் புகழ் பெற்றது.

மதுவின் மயக்கம், அலைகடலின் ஆழம், தென்றலின் மென்மை, தவழ்ந்து வரும் மழலையின் அழகு – இவற்றின் கலவைதான் ஜிப்ரானின் படைப்புகள். அவனது ஒவ்வொரு நூலும் கற்பனை ஊற்று; கருத்துக் கருவூலம். காலத்தை வென்று என்றும் நிலைத்து நிற்கும் மாபெரும் காவியம்.

ஜிப்ரானின் படைப்புகளில் அவர்வாழ்ந்த காலத்தில் சிறந்து விளங்கிய தத்துவ ஞானிகளான அவிசின்னா, அல்பரீட், அல்கசாலி, போன்றோரின் தாக்கம் காணப்பட்டது. பேரறிஞர் நீட்சேயின் கருத்துக்களால் ஜிப்ரான் பெரிதும் கவரப்பட்டார். சிறந்த சிந்தனையாளர்களான வால்டேர், ரூசோ, ஜெபர்சன், எமர்சன், கன்பூசியஸ் போன்றோர் நூல்களைப்படித்து தனது ஆற்றலை வளர்த்துக் கொண்டார்.

ஜிப்ரான் ஒரு சுதந்திரப் பறவை. அவரது சிந்தனைகள் தனித்தன்மை பெற்றவை. அவரது கற்பனை காட்டாற்று வெள்ளம். எந்தச் சட்டங்களாலும் கட்டுப்படுத்த முடியாது. 'வானம்பாடியை பாடக் கூடாது என்று சொல்லுகிற அதிகாரம் யாருக்கு இருக்கிறது?' என்று கேட்கிறார் ஜிப்ரான்.

'தீர்க்கதரிசி'க்கு அடுத்த நிலையில் ஜிப்ரானின் படைப்புகளில் புகழ்பெற்றது 'முறிந்த சிறகுகள்' 'பையத்தியக் காரன்' மனிதனின் புதல்வன் ஏசு 'கண்ணீரும், புன்னகையும்', 'ஆத்ம தரிசனம்' போன்ற நூல்களாகும். இந்த நூல்கள் வெளிவந்தவுடன் ஜிப்ரானின் புகழ் உலகம் முழுவதும் பரவியது.

ஜிப்ரான் 48 ஆண்டுகள் மட்டுமே வாழ்ந்தார். இந்தக் குறுகிய காலத்தில் உலகமே வியந்து பாராட்டும் எழுத்தாளனாக, தத்துவ ஞானியாக ஓவியனாக, சிந்தனையாளனாக சமூகப் போராளியாக வாழ்ந்து வரலாற்றில் தனது பெயரை நிலையாகப் பதிவு செய்து விட்டு மறைந்து விட்டார்.

பிறப்பு என்பது தொடக்கமுமல்ல. மரணம் என்பது முடிவுமல்ல. பிறப்பும் இறப்பும் பரிணாம வளர்ச்சியில் ஏற்படும் பருவமாற்றங்களே. காலத்தின் சுழற்சியே. விதையிலிருந்து மரம் தோன்றுகிறது. மீண்டும் மரம் அழிந்து விதை உண்டாகிறது. ஒன்றின் மறைவு மற்றதன் தொடக்கம். ஒரு சமயம் ஒரு அன்பர், 'துறவிக்கும் இல்லறத்தானுக்கும் உள்ள வேறுபாடு என்ன?' என்று சுவாமி விவேகானந்தரை கேட்டார். சுவாமிஜி பதில் கூறினார்: "இல்லறத்தான் மரணத்தைக் கண்டு பயப்படுகிறான். துறவிகள் மரணத்தை நேசிக்கிறார்கள்" என்று. அதைப்போல பகவான் ரமணர் நோயுற்று கவலைக்கு இடமான நிலையில் இருந்தார். அவரது சீடர்கள் கண்

கலங்கினார்கள். சிலர் வாய்விட்டு அழுதார்கள். அவர்களைப் பார்த்து பகவான் சொன்னார். "என்ன நடந்து விட்டது? ஏன் துயரப்படுகிறீர்கள்? நான் எங்கே போய் விட்டேன்? எங்கே போக முடியும்? உங்களில் ஒருவனாகத் தான் இருக்கிறேன். ஒரு அறையிலிருந்து மற்றொரு அறைக்குப் போகிறேன் அவ்வளவுதான்".

கலீல் ஜிப்ரான் தன் மரணத்தை எப்போதும் எதிர் பார்த்தே இருந்தார். மரணத்திற்கு அவர் அஞ்சவில்லை. வாழ்வின் இரகசியங்களை அவர் அறிந்தே வைத்திருந்தார். தீர்க்கதரிசியில் அவர் கூறுகிறார்: "இன்னும் சற்று நேரத்தில் நான் காற்றோடு கலந்து ஒரு கண நேரம் ஓய்வெடுப்பேன். பின் இன்னொரு பெண் என்னை ஈன்றெடுப்பாள்". சுவாமி விவேகானந்தர், பகவான் ரமணர் கலீல் ஜிப்ரான் ஆகிய மூவருமே ஒரே நேர்கோட்டில் நிற்கிறார்கள் அல்லவா?

மொழிபெயர்ப்பு என்பது ஒரு கடினமான பணி. அகராதியின் துணையோடு மூல நூல்களில் காணப்படும் சொற்களுக்கு பொருள் தேடுவது மொழிபெயர்ப்பு அல்ல. மூல நூலுக்கும் மொழிபெயர்ப்பு நூலுக்கும் இடைவெளி இருக்கக் கூடாது. மூல நூல் எழுதிய ஆசிரியரே மொழிபெயர்ப்பு நூலும் எழுதியிருந்தால் எப்படி இருக்குமோ அப்படி வேறுபாடின்றி இருக்க வேண்டும். சொல் என்பது பருப்பொருள். சொற்களுக்குப் பின்னால் சொல்லப் படாமல் மறைந்து நிற்கும் செய்திகளே கருப்பொருள். அந்தக் கருப் பொருளில்தான் படைப்பாளியின் ஆன்மா அல்லது படைப் பாற்றல் உள்ளடக்கமாய் இருக்கிறது. அந்த ஆன்மாவை அழகுற வெளிப்படுத்துவதில்தான் மொழிபெயர்ப்பாளனின் திறமையும், நுட்பமும் அடங்கி இருக்கிறது. இதன் காரணமாக ஒரு மொழியிலிருந்து வேறொரு மொழிக்கு மொழிபெயர்ப்பு செய்யும் போது சில தொய்வுகள், பலவீனங்கள், இடைவெளிகள் காணப்படலாம். சரியான மாற்றுச் சொல் இல்லாமல் இருக்கலாம். சில சமயங்களில் மூல நூலில் சொல்லப்பட்டிருக்கிற செய்திகளே தெளிவில்லாமல் இருக்கலாம். இவைகளை எல்லாம் சரிசெய்து, மெருகூட்டி, அழகும், நயமும், தெளிவும், ஆழமும் அப்படியே பிரதிபலிக்கிற வகையில் மொழிபெயர்ப்பு

அமைய வேண்டும். எனது மொழியாக்கம் குறித்து நீங்கள் தெரிவிக்கும் கருத்துக்கள் எனது எதிர்காலப் பணிகளுக்கு பயனுள்ளதாக அமையும்.

எங்கள் குடும்பம் ஒன்றுதான். அதற்கு சண்முகநாதன் – பவானி குடும்பம் என்று பெயர். நிர்வாக வசதிகாரண மாகவும், வளர்ந்து வரும் குடும்பங்களின் தேவைகளை நிறைவு செய்யவும் பல குடும்பங்களாக பரிணமித்து இருக் கிறோம். உள்ளத்தால், உணர்வால், வளர்க்கப்பட்ட முறையால் நாங்கள் அனைவரும் ஒருவரே – ஒரேவீட்டில் பல அறைகள் இருப்பது போல. எனது சகோதர சகோதரிகள் அனைவரும் அவர்களது வழித் தோன்றல்களும் என்றும் நிறைவோடு, நீடுழி வாழ இறைவன் தனது எல்லையற்ற கருணையை வாரி வழங்க வேண்டுமென்று மண்டியிட்டு யாசிக்கிறேன்.

எனது நூல்களை மிகச் சிறப்பாக வெளியிட்டு, அவ்வப் போது எனது முயற்சிகளை போற்றிப் பாராட்டுகிற சந்தியா பதிப்பகத்திற்கு எப்படி நன்றி சொல்வேன்? அதனைச் சொல்ல வார்த்தைகளுக்கு வலிமை இல்லை. சொற்களுக்கும் மேலான ஆழமான ஆன்ம உணர்வு அது. எனினும் மரபு கருதி எனது நன்றியை அவர்களுக்கு காணிக்கையாக்குகிறேன். “சந்தியா பதிப்பகம்” மேலும் மேலும் வளர்ந்து இமாலய சாதனைகளை நிகழ்த்த இறைவன் அருள் புரியட்டும்.

ச. இராசமாணிக்கம்

பொருளடக்கம்

அன்பு 11 ● திருமணம் 19 ● குழந்தைகள் 21
ஈதல் ● 23 ● உண்பது, குடிப்பது 26
உழைப்பு 28 ● இன்ப துன்பங்கள் 32 ● வீடுகள் 34
ஆடைகள் 37 ● வணிகம் 38
குற்றமும் தண்டனையும் 40 ● சட்டங்கள் 44
சுதந்திரம் 46 ● பகுத்தறிவு உணர்வு 49
வேதனை 51 ● சுய அறிவு 53
கற்றுத் தருதல் 55 ● நட்பு 57 ● பேச்சு 59
காலம் 61 ● நன்மை, தீமை 63
பிரார்த்தனை 66 ● மகிழ்ச்சி 68
அழகு 71 ● மதம் 74 ● மரணம் 77
விடைபெறல் 79
ஒரு வானம்பாடியின் வரலாறு 90

அன்பு

அன்பின் வடிவம் அல்முஸ்தபா. இறைவனால் பெரிதும் நேசிக்கப்பட்ட பேரருளாளர். தான் வாழ்ந்த காலத்திலேயே விடியலாய் திகழ்ந்தவர். ஆர்பலீஸ் நகரின் மலைக்குன்றின் மீது ஏறிநின்று, அலைகடலை பார்த்துக் கொண்டிருந்தார். அப்படி வழிமீது விழி வைத்துக் காத்துக் கொண்டிருக்கும் பன்னிரண்டாவது ஆண்டு இது. அறுவடை காலம். ஈலூல் மாதத்தின் ஏழாம் நாள். மூடுபனியை கிழித்துக் கொண்டு அவரை அவருடைய பிறந்த தீவுக்கு அழைத்துச் செல்ல ஊர்ந்து வரும் அந்தக் கப்பலை கவனிக்க அவரது கண்கள் தவறவில்லை.

அவரது இதயக்கதவுகள் அகலத் திறந்து கொண்டன. ஆழ்மனதில் புதைந்து கிடந்த ஆர்வமும், மகிழ்ச்சியும் அலை கடலினும் மேலாக ஆர்ப்பரித்து எழுந்தன. சற்று நேரத்தில் சலனங்கள் நீங்கின. கண்கள் மூடி ஆன்மாவின் அமைதியில் வழிபட்டார்.

குன்றை விட்டு இறங்கி வந்தார். கனத்த இதயத்தோடு. அவர் மனத்திரையில் எண்ணங்களின் ஓட்டம். “இந்த ஊரை விட்டு எப்படிச் செல்வேன். துயரத்தின் பிடியிலிருந்து மீள்வது எப்படி, ஆன்மா ஊனப்படாமல் இந்த அழகிய நகரைவிட்டு அகல்வது எப்படி?”

இந்த சிற்றூரில் எத்தனை, எத்தனை சுக துக்கங்களை அனுபவித்திருக்கிறேன். தனிமையின் தாக்கத்தில் எத்தனை

இரவுகளைக் கழித்திருக்கிறேன். துயரத்தை சுமக்காமல், தனிமையில் வருந்தாமல் பிரிவது யாரால் இயலும்?

எனது உள்ளார்ந்த உணர்வுகள், இந்தத் தெருக்கள் எங்கும் நீக்கமற நிறைந்து சிதறிக் கிடக்கின்றன. இந்த அழகிய மலைக் குன்றில் ஆடையின்றித் திரியும் நான் நேசிக்கும் இந்த குழந்தைகளைத் துறந்துவிட்டு துயரமும், துன்பமும் இல்லாமல் என்னால் எப்படிப் போக முடியும்?

இன்று நான் கழற்றிப் போடப் போவது என்னை தழுவி நிற்கும் எனது மேலாடைகளையல்ல. என்னை இறுகக் கவ்வி நிற்கும் உடல் தோலை கிழித்துப் போடப் போகிறேன்.

இன்று நான் விட்டுச் செல்வது இங்கேயே நிலை கொண்டு விட்ட என் நினைவுகளை அல்ல; என் இதயத்தை. என்னை இயக்குகின்ற பசி, தாகம் போன்ற ஜீவசக்திகளை இழந்து பிரிந்து செல்கிறேன்.

அனைத்தையும் அழைக்கும் பொங்குமாக்கடல் என்னைக் கூவி அழைக்கிறது. இனியும் காலம் தாழ்த்த என்னால் இயலாது. உடனே புறப்பட வேண்டும்.

காலம் இரவில் விரைந்து செல்லும் எனினும் நான் தங்க இயலாது. இல்லை என்றால் உறைந்து இறுகிப் போவேன்.

வானத்தில் வட்டமிடும் வல்லூறு தனது கூட்டை கூடவே எடுத்துச் செல்வதில்லை. தனித்தே பறந்து சென்று ஆகாயத்தில் தவழ்கிறது. காற்றில் மிதக்கும் குரல் தனக்கு சிறகுகள் தந்த நாக்கையும், உதடுகளையும் தன்னுடன் அழைத்துச் செல்வதில்லை.

குன்றின் அடிவாரத்தை வந்தடைந்தார். ஆழ்கடலை ஆவலோடு உற்று நோக்கினார். அவரைச் சுமந்து செல்ல வேண்டிய கப்பல் கரைநோக்கி வந்து கொண்டிருந்தது. தாயகத்து மாலுமிகள் மேல்தளத்தில் நின்றிருப்பதைக் கவனிக்க அவர் தவறவில்லை.

அவரது ஆன்மா கப்பலில் வந்தவர்களைப் பார்த்துக் கதறியது; "தொன்மைமிக்க என் அன்னையின் அன்புச் செல்வங்களே; ஆர்ப்பரிக்கும் அலைகளை ஆளப்

பிறந்தவர்களே, என் கனவில் எத்தனை முறை தோன்றி பயணம் செய்துள்ளீர்கள். இப்போது தான் என் நனவில் வந்துள்ளீர்கள். இதுவும் என் ஆழ்நிலைக் கனவுகளில் ஒன்றே.

பயணத்திற்கு தயார் நிலையில் நான் இருக்கிறேன். கப்பல் காற்றின் இசைவுக்குக் காத்திருக்கிறது. இந்த இதமான காற்றை ஒருமுறை சுவாசிக்க விரும்புகிறேன். பார்வையை ஒரு முறை பின்னோக்கிப் பார்த்து பரவசமடைய விரும்புகிறேன்.

பின்னர் உங்களில் ஒருவனாக ஒரு கடல் பயணியாக உங்களுடன் பயணிப்பேன்.

விரிந்தும் பரந்தும் கிடக்கும் கடல் அன்னையே, ஆற்றுக்கும் பொங்கிவரும் நீரோடைக்கும் ஆதாரம் நீயேயன்றோ. உன்னிடம் மீண்டும் வருவேன். உன்னில் ஒரு துளியாய் கலந்து உறவாட.

அவரது பாதங்கள் பூமியில் பரவின. தொலைதூரத்தை நோக்கி அவரது கண்கள் நிலைத்து நின்றன. வயல்களிலிருந்தும் தோட்டங்களிலிருந்தும் வெளியறி மக்கள் நகரத்தின் வாயில்நோக்கி விரைந்து செல்வதை அவரால் காண முடிந்தது.

அவர் பயணிக்க வேண்டிய கப்பல் கரைசேர்ந்த செய்தி ஊரெல்லாம் பரவியது. வீட்டுக்கு வீடு, வயலுக்கு வயல் அவர் பெயரை சொல்லி ஆர்ப்பரித்தது. அவர் தனக்குள் சொல்லிக் கொண்டார்:

பிரியும் நாள்தான் நாம் இணையும் நாளா?

என்னுடைய மயங்கும் மாலைப் பொழுதுதான் என் விடியலா?

உழுவதைப் பாதியில் நிறுத்திவிட்டு என்னைப் பார்க்க ஓடிவரும் அந்தத் தொழிலாளிக்கு நான் என்ன தருவேன். திராட்சை பிழியும் இயந்திரத்தை நிறுத்திவிட்டு என்னை நாடி ஓடி வருகிறானே அந்த ஏழைக்கு என்னால் எதைத் தர முடியும்?

இவர்களுக்கெல்லாம் வாரி வழங்க, என் இதயம் பூத்துக் குலுங்கும் கனிகள் நிறைந்த மரமாக மாறக் கூடாதா?

என்னுள் பொங்கிப் பிராவகமெடுக்கும் அன்பெனும் ஊற்று அவர்களின் இதயங்களில் நிரம்பி வழியாதா?

புல்லாங்குழல் வழியாய் புகுந்து புறப்படும் மெல்லியக் காற்றைப் போல இறைவனின் எல்லையற்ற கருணை என் வழியாய் அவர்களுக்குச் செல்லாதா?

மோனத்தில் திளைத்திருக்கும் ஞானி நான். மௌனம் எனும் இந்தப் பெருஞ்செல்வத்தை அனைவருக்கும் என்னால் வாரி வழங்க இயலுமா?

இந்த நாள் என் அறுவடை நாளெனில் எந்த நாளில் எந்தப் பருவத்தில் எந்த வயலில் நான் விதைத்தேன்?

இன்று நான் தூக்கிப் பிடித்திருக்கும் இந்த தீபத்தில் ஒளிர்விடும் சுடர் எனதன்று.

எல்லோரையும் காத்து நிற்கும் அந்த காவல் தெய்வம் எண்ணெய் ஊற்றி விளக்கை எரியச் செய்யும்.

இவற்றை அவர் சொற்களால் உணர்த்தினார். ஆனால் சொல்லாமல் இதயத்தில் தேக்கி வைத்த உணர்வுகள் எத்தனை எத்தனையோ!

சொல்லத்தான் இயலுமோ!

அந்த மாமனிதர் ஊருக்குள் நுழைகிறார். அவரை வரவேற்க மக்கள் திரண்டிருந்தார்கள். அவர்கள் ஒரே குரலில் ஓங்கிக் கூறினார்கள் "எங்களை விட்டுப் போய்விடாதீர்கள்".

எங்கள் வாழ்வில் மங்காத ஒளியாய் விளங்கினீர்கள். உங்கள் இளமை நாங்கள் கனாக்காண கனவுகளை கொடுத்தது.

நீங்கள் எங்களுக்கு அந்நியரல்ல. விருந்தினரும் அல்ல. எங்களால் பெரிதும் நேசிக்கப்படுகிற எங்கள் வீட்டுப் பிள்ளையாக இருந்தீர்கள்.

உங்களின் இனிய முகம் காண எங்கள் கண்கள் ஏங்கித் தவிக்க வேண்டாம்.

மதகுருமார்கள் ஒருமித்த குரலில் உரக்கக் கூறினார்கள்.

இந்த ஆழ்கடலில் எழும் பேரலைகள் நம்மைப் பிரித்து விடவேண்டாம். நீங்கள் எங்களுடன் வாழ்ந்த அந்தக் காலங்கள் வெறும் நினைவுகளாய் மாறவேண்டாம். உங்கள் எங்கும் உங்கள் ஆன்ம ஒளியை மிளிரச் செய்தீர்கள். அதன் நிழல் எங்கள் முகங்களுக்கு தந்தது ஒளி.

உங்கள் மீது நாங்கள் கொண்ட அன்புக்கு அளவே இல்லை. அதை மௌனத்தால் வெளிப்படுத்தினோம், உணர்வு களுக்குத் திரையிட்டோம்.

மறைக்கப்பட்ட அந்த ஆழ்ந்த உணர்வுகள் இப்போது உங்கள் முன் உங்களுக்காக கூவி அழைக்கிறது. தன்னை வெளிப்படுத்திக் கொள்ள அது தற்போது தயங்கவில்லை.

பிரியும் நேரம் வரும்வரை அன்பு தன் ஆழத்தை அறிவதில்லை.

மற்றவர்கள் அவர் முன் வந்து மன்றாடிக் கேட்டுக் கொண்டார்கள். அதற்கு அந்த மாமனிதர் மௌனம் காத்தார். அவர் தலைகுனிந்த நிலையில் இருந்தார். அவரது விழிகளில் வழிந்த கண்ணீர் மார்பில் வழிந்து ஓடியது.

அதன்பின்னர் அவரும் மக்களும் அருகிலிருந்த ஆலயத்திற்கு முன் அமைந்திருந்த சதுக்கத்தை அடைந்தார்கள்.

அங்கிருந்த திருக்கோயிலிலிருந்து ஒரு பெண் துறவி வெளியே வந்தார். அவர் பெயர் அல்மித்ரா.

அவர் அந்தப் பெண்ணை அருள்பொங்கும் தன் விழிகளால் பார்த்தார். ஏனெனில் அந்தப் பெண்தான் முதன்முதலில் அவர் மீது அன்பும் நம்பிக்கையும் வைத்துப் போற்றிப் பாராட்டியவர்.

அவரை போற்றி அல்மித்ரா கூறினாள்: இறை தூதரே! ஆவல் மேலிட கப்பலின் வருகைக்காக தாங்கள் நீண்ட

காலம் காத்திருந்தீர்கள். இப்போது தங்கள் கப்பல் வந்து விட்டது. தாங்கள் புறப்பட வேண்டிய தருணம் வந்துவிட்டது.

தாய்மண் தரவிருக்கும் சுகங்களின் நினைவுகளில் தாங்கள் திளைத்துக் கொண்டிருக்கிறீர்கள். எங்களின் எல்லையற்ற அன்பு உங்களின் பயணத்திற்குத் தடையாக இருக்காது. எங்களின் தேவைகளுக்காக உங்களுக்கு இடையூறாக இருக்கமாட்டோம்.

உங்களை வேண்டிக்கேட்டுக் கொள்ளுகிறோம். இங்கிருந்து புறப்படும் முன் எங்களிடம் மனம் திறந்து பேசுங்கள். உண்மையையும், சத்தியத்தையும் எங்களுக்கு உரையுங்கள்.

நாங்கள் அதை எங்கள் பிள்ளைகளுக்குச் சொல்லுவோம். அவர்கள் அதை தங்கள் பிள்ளைகளுக்குச் சொல்வார்கள். காலத்தால் அழியாத பொக்கிஷமாக அவை நிலைத்து நிற்கும்.

தாங்கள் தனிமையில் இருந்தபோதுகூட எங்கள் செயல் பாடுகளை கவனித்தீர்கள். விழிப்பு நிலையில் எங்களின் சுக துக்கங்களை அறிந்து கொண்டீர்கள்.

ஆகவே மனம் திறந்து சொல்லுங்கள். பிறப்பிற்கும் இறப்பிற்கும் இடைப்பட்ட வாழ்வியல் நெறிகளை எங்களுக்குச் சொல்லுங்கள்.

பெருந்தகையாளர் பேசினார்:

"என் அருமை ஆர்பலீஸ் மக்களே, உங்கள் ஆன்மாவில் அனைத்தும் அடக்கம். நான் சொல்ல என்ன இருக்கிறது?

அன்பைப் பற்றி எங்களிடம் பேசுங்கள் என்றார் அல்மித்ரா.

அவர் தன் தலையை சற்றே உயர்த்தி மக்களைப் பார்த்தார். மௌனம் அங்கு ஆட்சி செய்தது. குரலை உயர்த்தி அவர் பேசினார்:

"அன்பின் பாதை கரடுமுரடானது. கடினமானது. கவலைப்படாதீர்கள். அதன்வழியே செல்லுங்கள். அன்பின் சிறகுகள் அகல விரிந்து உங்களை ஆட்கொள்ளும்போது அப்படியே அரவணைத்துக் கொள்ளுங்கள்.

அதன் சிறகுகளில் மறைந்திருக்கும் கூரிய வாள் உங்களை காயப்படுத்தக் கூடும்.

எனினும் நம்பிக்கை இழக்காதீர்கள்.

காற்றின் வேகம் சில சமயங்களில் பூத்துக் குலுங்கும் மலர் செடிகளைக் கூட வீழ்த்தி விடுகிறதல்லவா? அதைப்போல உங்கள் கனவுகளும் சிதறிப் போகலாம்.

அன்பு ஆக்கவும் செய்யும், அழிக்கவும் செய்யும். மலர் கிரீடமும் அளிக்கும். சிலுவையில் அறையவும் செய்யும்.

அன்பு உன்னிலும் உயரமாக வளர்ந்து தாயினும் மேலான பாசத்தைப் பொழிவாள்.

அளவிட முடியாத ஆழத்திற்கு அகழ்ந்து சென்று உங்களைத் தன் வயப்படுத்திக் கொள்வாள்.

தானியக் கதிர்கள் போல் அவள் உங்களை ஒன்றிணைப்பாள். தளைகளிலிருந்து விடுவித்து உங்களை புனிதமாக்குவாள். நீங்கள் பக்குவப்படும் வரை பதப்படுத்திக் கொண்டே இருப்பாள்.

பின்னர் உங்களை புனித வேள்விக்கு இரையாக்குவாள். நீங்கள் இறைவனின் திருவருளுக்கு ஆளாவீர்கள்.

இவை அனைத்தும் அன்பு உங்களுக்கு வழங்கும் பரிசாகும். பின்னர் உங்கள் இதயத்தில் உறங்கும் இரகசியத்தை நீங்கள் உணர்வீர்கள். இதனால் நீங்கள் பெறும் அறிவு உங்கள் வழிகாட்டியாக அமையும்.

அன்பு அளிப்பது எதையுமல்ல, தன்னைத் தவிர.

எதையும் எடுத்துக்கொள்வதுமில்லை, தன்னைத் தவிர.

அன்பு ஆதிக்கம் செலுத்துவதுமில்லை,

ஆதிக்கத்திற்கு ஆட்படுவதுமில்லை,

ஏனெனில் அன்புக்கும் மேலானது எதுவுமில்லை.

நீங்கள் அன்பு செலுத்தும்போது "இறைவன் என் இதயத்தில் இருக்கிறான் என்று சொல்லாதீர்கள். மாறாக

இறைவனின் இதயத்தில் நான் இருக்கிறேன்" என்று சொல்லுங்கள்.

அன்பை நீங்கள் வழி நடத்த வேண்டாம். நீங்கள் தகுதி உடையவராக இருந்தால் அது உங்களை தேடிவந்து வழிநடத்தும்.

அன்பின் இயல்பு எங்கும் நிறைந்திருப்பது. உங்கள் அன்பின் கனவு இப்படி அமையட்டும்.

இரவில் இனிய கீதம் இசைத்தபடி ஓடிவரும் அருவியைப் போல் நான் இருக்கவேண்டும். மிகையான அன்பினால் உருவாகும் வேதனையை நானே உணரவேண்டும்.

அன்பை தானே உணர்ந்து அனுபவிப்பதால் ஏற்படும் காயங்களை உள்வாங்கிக் கொள்ள வேண்டும்.

இதயம் இறக்கை கட்டிப் பறக்கட்டும். அன்பு எனும் வசந்தம் மீண்டும் மீண்டும் மலரட்டும்.

அன்பின் பரவசத்தில் தன்னை மறந்து தியானத்தில் திளைப்போம்.

அழகான கடல் அலைகள் நம்மை ஆரத் தழுவட்டும். அன்பின் பெருக்கத்தில் அவற்றிற்கு நன்றி கூறுவோம்.

பின்னர் நெஞ்சில் நிறைந்து நிற்கும் அன்பிற்குரிய வர்களை போற்றிப் பாராட்டி, பிரார்த்தித்து உறக்கத்தின் பிடியில் அமைதி கொள்வோம்.

திருமணம்

பெண் துறவி அல்மித்ரா மீண்டும் பேசினார்:

குருவே “திருமணம் என்றால் என்ன?”

அவர் பதில் சொன்னார்:

நீங்கள் ஒன்றாகவே பிறந்தீர்கள். இறுதிவரை ஒன்றாகவே இருப்பீர்கள்.

மரணத்தின் வெண் சிறகுகள் உங்கள் காலங்கலை சிதறடிக்கும் போது நீங்கள் இணைந்து இருப்பார்கள்.

இறைவனின் நினைவில் அமைதியில் நிலைத்திருக்கும் போது கூட நீங்கள் ஒன்றாகவே இருப்பீர்கள். ஒன்றிணைந்த நிலையிலும் உங்களிடையே ஒரு இடைவெளி இருக்கட்டும்.

இறைவனின் திருவிளையாடல் இந்த இடை வெளியில் நிகழட்டும்.

காதலியுங்கள். ஆனால் அந்தத் தளையில் கட்டுண்டு கிடக்காதீர்கள்.

ஒருவர் கோப்பையை மற்றவர் நிரப்புங்கள். ஆனால் ஒரே கோப்பையில் உள்ளதை மட்டும் பருகாதீர்கள். இனிய ரொட்டியை ஒருவருக்கொருவர் பகிர்ந்து கொள்ளுங்கள்.

ஆனால் ஒரே ரொட்டியை இருவரும் உண்ண வேண்டாம். ஒன்று சேர்ந்து ஆடிப்பாடி மகிழுங்கள். ஆனால் உங்கள் தனித் தன்மையை இழக்காதீர்கள்.

வாழ்க்கையின் கரங்கள் மட்டுமே உங்கள் இதயங்களை ஏந்திப் பிடிக்கும்.

யாழின் நரம்புகள் தனித்தனியே இருந்தாலும் அவை மீட்டப்படும்போது ஒரே இசையைத்தானே எழுப்புகின்றன.

உங்கள் இதயங்களைப் பரிமாறிக் கொள்ளுங்கள். ஆனால் உரிமைகளை இழக்காதீர்கள்.

ஒன்று சேர்ந்து நில்லுங்கள். ஆனால் மிக அருகில் அல்ல.

கோயில்களில் தூண்கள் இடைவெளி விட்டு தனித் தனியேத் தானே நிற்கின்றன.

தேக்குமரமும் சைப்ரஸ் மரமும் ஒன்றின் நிழலில் மற்றொன்று வளராது.

குழந்தைகள்

 மார்பில் தன் குழந்தையை அணைத்தபடி ஒரு பெண் கேட்டாள்: "குழந்தைகளைப் பற்றி எங்களுக்குச் சொல்லுங்கள்."

அவர் சொன்னார்:

"உங்கள் குழந்தைகள் உங்களுக்கு மட்டுமே குழந்தைகள் அல்ல. அவர்கள் உங்கள் மூலமாகப் பிறந்திருக்கிறார்கள். உங்களிட மிருந்தல்ல.

வாழ்வின் மீதான வேட்கையின் குழந்தைகள் அவர்கள் – வாழ்வின் வேட்கைக்காகவே ஜனித்தவர்கள்.

அவர்கள் உங்களுடன் இருந்தாலும், உங்களுக்கு சொந்த மானவர்கள் அல்ல.

அவர்களுக்கு உங்கள் அன்பை நீங்கள் அள்ளித்தரலாம். எண்ணங்களையல்ல.

அவர்களுக்கென்று தனித்த சிந்தனைகள் உண்டு. அவர்களின் உடல்களுக்குத்தான் நீங்கள் இருப்பிடம் தரமுடியும். ஆன்மாக்களுக்கல்ல.

ஏனெனில் அவர்களது ஆன்மாக்கள் எதிர்காலம் என்ற இல்லத்தில் குடிகொண்டிருக்கிறது. அங்கே நீங்கள் செல்ல முடியாது, கனவில் கூட! நீங்கள் அவர்களைப்போல் இருக்க

முயற்சி செய்யலாம். ஆனால் அவர்களை உங்களைப்போல் ஆக்கி விடாதீர்கள்.

வாழ்க்கை பின்னோக்கிப் போவதில்லை. நேற்று வேறு. இன்று வேறு.

நீங்கள் வில் போன்றவர்கள். உங்களிடமிருந்து ஏவப்படுகிற அம்புகளே குழந்தைகள்.

எல்லையற்ற பரந்தவெளியின் இலக்கு நோக்கி பார்வையை செலுத்துகிறான் வில்லாளி.

இறைவன் தனது வல்லமைக் கூட்டி உன்னை வளைத்து தனது கணைகளை விரைந்து வெகுதூரம் செலுத்துகிறான்.

வில்லாளியின் கையில் அம்பாக இருந்து வளைக்கப்படுவது ஒரு மகிழ்ச்சியான அனுபவமாக இருக்கட்டும்.

பாய்ந்து செல்லும் அம்பை மட்டுமல்ல நிலையாக இருக்கும் வில்லையும் அவன் நேசிக்கிறான்.

ஈதல்

"பிறருக்கு கொடுப்பது பற்றி எங்களுக்குச் சொல்லுங்கள்" என்று கேட்டார் ஒரு செல்வந்தர்:

அவர் பதில் சொன்னார்:

"உங்கள் பொருட்களை மற்றவர்களுக்குத் தரும்போது ஓரளவே தருகிறீர்கள்.

நீங்கள் உங்களையே தரும்போது தான் உண்மையில் அறம் செய்ததாகக் கருத முடியும்.

உங்கள் உடைமைகள்தான் என்ன? நாளையின் தேவையை மனதில் கொண்டு அச்சத்தின் அடிப்படையில் சேர்த்து வைத்திருப்பதுதானே.

அடையாளம் காண இயலாத மணற்பரப்பில் எலும்புகளை புதைத்துவிட்டு புனிதயாத்திரை செல்லும் பயணிகளைப் பின் தொடரும் நாய்க்கு நாளைய தினத்தால் என்ன பயன்?

தேவைகளே பயம்தான். பின்னர் தேவைகளைப் பற்றிய பயம் ஏன்?

கிணறு நிறைய தண்ணீர் இருக்கும்போது தாகத்தைப் பற்றிய அச்சம் எதற்கு? தணியாத தாகம் என்று எதுவும் உண்டா?

நிறைந்த செல்வம் குவிந்து கிடக்கையில் சிலர் குறைவாகக் கொடுக்கிறார்கள். இது வெறும் விளம்பர யுக்தியே. உள் நோக்கத்துடன் தரப்படுகிற எந்தக் கொடையும் புனிதமானதல்ல.

இருப்பது குறைவாக இருந்தாலும் நிறைவாக அனைத்தையும் கொடுப்பவர்களும் உண்டு.

இவர்கள் வாழ்க்கையை நம்புகிறவர்கள். வாழ்வு தரும் வளத்தை நம்புகிறவர்கள். அவர்களது செல்வம் என்றும் வற்றாத ஊற்று.

மகிழ்ச்சியோடு கொடுப்பவர்களுக்கு அந்த மகிழ்ச்சியே மாபெரும் பரிசு.

மனவேதனையோடு கொடுப்பவர்களுக்கு அந்த வேதனையே அவர்களை புனிதப்படுத்தும் ஞானஸ்நானம். பிறருக்குக் கொடுக்கும் போது வேதனையோ மகிழ்ச்சியோ இல்லாமல் உணர்வுகளைக் கடந்த உயர்ந்த நிலையில் கொடுப்பவர்களும் உண்டு.

இவர்கள் காட்டில் பூத்த வண்ண மலர்கள், தன் நறுமணத்தை நான்கு திசையும் பரப்பும் நறுமலர்கள் போன்றவர்கள்.

இப்படிப்பட்ட உயர்ந்தவர்களின் கரங்கள் மூலம் இறைவன் பேசுகிறார். அவர்களின் விழிகள் வாயிலாக பூமியைப் பார்த்து புன்முறுவல் பூக்கிறார்.

கேட்கப்படும்போது கொடுப்பது நல்லது. அதனினும் மேலானது கேட்காமலே குறிப்புணர்ந்து கொடுப்பது.

இரந்து நிற்பவன் பெறுகிறபோது அடைகிற மகிழ்ச்சி கொடுப்பவனைக் காட்டிலும் அதிகமானது.

நிரந்தரமாக வைத்து மகிழ எதுவுமில்லை. இருப்பதை எல்லாம் ஒரு நாள் இழந்தே தீரவேண்டும். ஆகவே அள்ளிக் கொடுப்பதற்கு இதுவே நல்ல தருணம். நீங்கள் வாரி வழங்குங்கள். உங்கள் வாரிசுகளுக்கு இந்தப்பணியை விட்டு வைக்காதீர்கள்.

தகுதி உடையோருக்கு மட்டுமே கொடுப்பதாக அடிக்கடி கூறுகிறீர்கள். தங்கள் தோட்டத்தில் காணப்படும் கனி மரங்கள் அப்படிச் சொல்வதில்லை. பசுமை நிறைந்த உங்கள் புல்வெளியில் மேய்கின்ற மாடுகளும், ஆடுகளும் அப்படிச் சொல்வதில்லை.

கொடுப்பதால் அவை வாழ்கின்றன. இல்லையேல் மரணம்தான்.

வாழ்க்கை எனும் பெருங்கடலில் நீர் அருந்தும் ஆற்றல் பெற்றவனுக்கு உன்னுடைய அருவி நீரை குடிக்கும் தகுதி உண்டு.

பெற்றுக் கொள்ளும் துணிவும், மன உறுதியும் அறத்தின் பாற்பட்டதே.

அகங்காரம் நீங்கி அவர்கள் அன்பு காட்டும் போது அவர்களது உண்மை நிலையை நீங்கள் அறிகிறீர்கள்

நீங்கள் முதலில் கொடை வழங்கும் தகுதியைப் பெறுங்கள். கொடுப்பது நீங்களல்ல உங்கள் மூலமாக கொடுக்கப்படுகிறது.

கொடுப்பவராக நீங்கள் உங்களை நினைத்துக் கொள் கிறீர்கள். உண்மையில் நீங்கள் ஒரு சாட்சி மட்டுமே.

பெறுபவர்களே நீங்கள் பெருமைப்படுவதற்கு எதுவும் இல்லை. கொடுப்பவரும் பெறுபவரும் சமமே. பெறுபவர்கள் நன்றிக்கடன் செலுத்தமிகையான ஆர்வம் காட்ட வேண்டாம். அது கொடுத்தவரை சங்கடப்படுத்தும். அவர் தாயுள்ளம் கொண்டவர். தந்தைக்கும் மேலானவர்.

உண்பது, குடிப்பது

 பின்னர் விடுதிக் காப்பாளர் ஒருவர் "உண்பதும் குடிப்பதும் பற்றிப் பேசுங்கள்" என்றார்.

பேரருளாளர் பதில் சொன்னார்:

மண்ணின் மணத்தை மட்டும் நுகர்ந்து நீங்கள் உயிர் வாழ முடியுமா? சூரிய ஒளியில் வளரும் செடிகள் போல் உங்களால் உயிர்த்துடிப்புடன் விளங்க முடியுமா?

உண்பதற்காக நீங்கள் உயிர்வதை செய்கிறீர்கள். உங்கள் தாகத்தை தணித்துக் கொள்வதற்காக தாயையும் ஈன்ற கன்று தாய்ப்பால் பெறாதபடி பிரிக்கிறீர்கள். இதை இறை வழிபாடு என்று எண்ணிக் கொள்ளுகிறீர்கள்.

காட்டிலும் மேட்டிலும் வாழ்கின்ற மிருகங்கள் உங்களால் பலியிடப்படுகின்றன. அவை மனிதர்களைவிட தூய்மை யானவை. களங்கமற்றவை.

உயிர் பலியிடும் முன் அந்த மிருகத்தின் நெஞ்சோடு நெஞ்சம் சேர்த்து மெல்லச் சொல்லுங்கள்:

"உன்னை வெட்டுகிற இந்த கொடுவாள் என்னையும் ஒரு நாள் பதம் பார்க்கும். நானும் பிறருக்கு பலியாவேன்."

உன்னை என் கரங்களில் ஒப்படைத்த அந்த மாபெரும் சக்தி என்னிலும் மேலான வலிமைமிக்க ஒரு பேராற்றலிடம் என்னையும் ஒப்படைக்கும்.

உனது இரத்தமும் எனது இரத்தமும் வானுலகில் ஓங்கி வளரும் மரங்களுக்கு உணவாகட்டும்."

ஒரு ஆப்பிளைக் கடிக்கும்போது நெஞ்சில் நினைவு கொள்ளுங்கள்; அதனிடம் சொல்லுங்கள்:

"உனது விதைகள் எனது உடலில் வாழும்;

உனது கனவுகள் என்னும் மொட்டுக்கள் எனது

மனதில் மணம் வீசி மலரும்;

அந்த மணமே எனது மூச்சுக்காற்று. ஒன்றுபடுவோம் காலமெலாம் மகிழ்ந்திருப்போம்."

இலையுதிர் காலத்தில் உங்கள் தோட்டத்தில் சாறு பிழிய திராட்சைப் பழங்களைப் பறிக்கும் போது அதன் நெஞ்சோடு சொல்லுங்கள்:

"நானும் ஒரு திராட்சைத் தோட்டம்; உன்னைப் போல எனது சுவைதரும் கனிகளும் சாறு பிழிய பறிக்கப் படுகின்றன;

புதிய திராட்சை மதுவைப்போல, நானும் ஒரு பாத்திரத்தில் நீண்ட நாட்கள் ஊற்றி வைக்கப்படுகிறேன்."

குளிர்காலத்தில் திராட்சை மது எடுக்கப்படும் போது ஒவ்வொரு கோப்பை மதுவுக்காகவும் உனது நெஞ்சில் ஒரு இனி பாடல் ஒலிக்கட்டும்.

அந்த பாடலில் இலையுதிர் கால நாட்களின் நினைவும் திராட்சை தோட்டத்தின் நினைவும் பதிந்திருக்கட்டும்.

உழைப்பு

 பிறகு விவசாயத் தொழிலாளி ஒருவர் "எங்களுக்கு உழைப்பு பற்றிச் சொல்லுங்கள்" என்று கேட்டார்.

அவர் சொல்லத் துவங்கினார்:

நீங்கள் கடுமையாக உழையுங்கள். அப்போதுதான் அன்னை பூமியின் ஆன்மாவுடன் இணக்கம் காண்பீர்கள்.

சோம்பல் உங்களை அந்நியப்படுத்தும். வாழ்க்கை எனும் ஊர்வலம் கம்பீரமாக சென்று கொண்டிருக்கிறது. முடிவற்ற அந்த ஊர்வலத்தில் உங்களை முனைப்புடன் இணைத்துக் கொள்ளுங்கள்.

உழைக்கும்போது நீங்கள் ஒரு புல்லாங்குழல். உங்களில் புகுந்து புறப்படும் இனியகாற்று, இதயம் எழுப்பும் சங்கீதம்.

எல்லோரும் சேர்ந்து இசைக்கும்போது எவர் ஒருவர் மௌனமாய் வெற்று நாணலாய் இருக்க முடியும்?

உழைப்பு பாவமென்றும், பணிசெய்தல் இழிவென்றும் உங்களிடம் சொல்லியிருப்பார்கள்.

ஆனால் நான் சொல்லுகிறேன்: நீங்கள் உழைக்கும்போது அன்னை பூமியின் இதயத்தில் உறங்கும் இனிய கனவின் ஒரு பகுதியை நிறைவேற்றுகிறீர்கள். அந்தக் கனவுகள் உங்களின் வருகைக்காகவே காத்திருக்கின்றன.

நீங்கள் உழைக்கும்போது உண்மையில் வாழ்க்கையை நேசிக்கிறீர்கள்.

உழைப்பால் வாழ்வை நேசிக்கிறபோது நீங்கள் வாழ்வின் உள்ளார்ந்த இரகசியங்களை உணர்ந்து கொள்ளுகிறீர்கள்.

வேதனையின் விளிம்பில் ஊசலாடும்போது பிறவியை ஒரு நோயாகவும், அழியத்தக்க இந்த உடலை ஒரு சாபமாகவும் கருதுகிறீர்கள். ஆனால் அது அப்படியல்ல. உங்கள் உழைப்பு உருவாக்கும் வியர்வையால், நெற்றியில் எழுதப்பட்டவை அழிந்து போகும்.

இருள் நிறைந்தது வாழ்க்கை என்று உங்களிடம் சொல்லியிருப்பார்கள். சலித்துப் போனவர்கள் சொன்ன அந்தக் கூற்றை ஜீவனே இல்லாமல் நீங்களும் இயந்திர கதியாய் எதிரொலிக்கிறீர்கள்.

ஆர்வம் இல்லாத வாழ்க்கை இருளின் இருப்பிடம். ஞானம் பெற்ற நிலையில் ஆர்வம் பார்வை இழக்கிறது.

பணியில் தன்னிலை இழக்கும்போது ஞானம் ஓய்வு பெறுகிறது.

அன்பின் பிடியில் சிக்கித் தவிக்கும் போது பயனற்றுப் போகிறது பணிகள்.

அன்பின் மிகுதியில் பணியாற்றும்போது உள்ளங்கள் உணர்வின் உச்சத்தில் இணைகின்றன.

இறைவனுடன் இரண்டறக் கலக்கின்றன.

●

அன்புடன் பணியாற்றுவது என்றால் என்ன?

உங்கள் நேசத்திற்குரிவர்கள் அணிவதாய் நினைத்து, இதயத்தை நுண்ணிய நூல்களாக்கி அழகிய ஆடைகள் நெய்தல்.

உங்கள் நட்புக்குரியவர்கள் வாழத்தக்க வகையில் பாசத்தால் வீடு கட்டுதல். உங்கள் இதயம் நிறைந்தவர்

உண்ணப் போவதாய் எண்ணி அன்புடன் விதைவிதைத்து ஆர்வமுடன் அறுவடை செய்வது.

உங்களின் உள்ளார்ந்த உணர்வுகளை ஒருங்கிணைத்து எல்லாப் பொருள்களையும் உயிர்த்துடிப்புடன் உலவச் செய்யுங்கள்.

மறைந்துபோன புனிதப் பெருமக்கள் உங்கள் அருகில் நின்று கண்காணிப்பதை கவனத்தில் கொள்ளுங்கள்.

தூக்கத்தில் பிதற்றுபவர்கள் போல் நீங்கள் அடிக்கடி கூறக் கேட்டிருக்கிறேன்.

"பளிங்குக் கற்களில் சிலை வடிப்பவன் தன் ஆன்மாவையே அந்த அற்புதப் படைப்பில் காண்கிறான். அவன் உழுபவனைவிட உயர்ந்தவன்.

வானவில்லின் கொள்ளை அழகை வண்ணத் துணிகளில் அப்படியே வடிவமைப்பவன் காலணிகள் தயாரிப்பவனை விட மேலானவன்".

உறக்கத்தில் அல்ல உயர்ந்த விழிப்பு நிலையில்,

நான் உரக்கக் கூறுகிறேன்:

வீசும் மெல்லிய பூங்காற்று, ஓங்கி வளர்ந்த ஓக் மரங்களிடம் பேசுவதைவிட மென்மையாக இனிமையாக பச்சை பசும் புல்லிடம் பேசுகிறது.

காற்றின் ஒலியை தன் அன்பின் வலிமையால் மெல்லிய இசையாக மாற்றுபவனே எல்லோரிலும் மேலானவன்.

பணி என்பது கண்ணுக்கு புலனாகும் அன்பு.

அன்பின் மறுவடிவே மாசற்ற நற்பணி.

நெஞ்சம் நிறைந்த அன்போடு உங்களால் பணி செய்ய முடிய வில்லையென்றால், வேலை செய்வதே உங்களுக்கு வெறுப்பாக இருந்தால், நீங்கள் பேசாமல் ஊரைவிட்டு ஒதுங்கிப் போய் ஒரு கோயிலின் வாயிலில் உட்கார்ந்து கொள்ளுங்கள். கடினமாக உழைத்து மகிழ்வோடு வருபவர்களிடம் இரு கரம் ஏந்தி யாசித்துப் பெறுங்கள்.

பற்றில்லாமல் நீங்கள் தயாரிக்கும் உணவு பசிப்பவனின் பாதி வயிற்றைத் தான் நிரப்பும்.

ஆர்வமில்லாமல் தயாரிக்கும் திராட்சைச்சாறு நஞ்சைத் தான் வடிகட்டும்.

ஈடுபாடு இல்லாமல் வானத்து தேவதைகள் போல் நீங்கள் இனிய குரலில் பாடினாலும் அது கேட்பவர்களை சங்கடப்படுத்தும் வெறும் இரைச்சலேயாகும்."

இன்ப துன்பங்கள்

அதன்பிறகு ஒரு பெண்மணி "எங்களுக்கு இன்ப துன்பங்களைப் பற்றி பேசுங்கள்" என்று கேட்டுக் கொண்டாள்.

அவர் பதில் சொன்னார்:

மகிழ்ச்சி என்பது முகத்திரை நீங்கிய உங்கள் துன்பமே.

எங்கிருந்து சிரிப்பலைகள் தோன்றினவோ, அவ்விடமே உங்கள் கண்ணீரால் நிரப்பப்படுகிறது.

அது வேறு எப்படி இருக்க முடியும்?

துன்பங்களால் நீங்கள் எவ்வளவு ஆழமாய் துளைக்கப் படுகிறீர்களோ அதே கொள்ளளவுக்கு இன்பப் பெருக்கால் நிறைவு பெறுவீர்கள்.

நீங்கள் மகிழ்வுடன் ஏந்தி நிற்கும் இந்த மதுக் கோப்பை மண்வளத் தொழிலாளியின் சூளையில் சுடப்பட்டதல்லவா?

உன் கையில் அமர்ந்து இனிய இசை எழுப்பும் புல்லாங்குழல் ஒரு சமயம் கூரியவாளால் துளைக்கப் பட்டதல்லவா?

நீங்கள் மகிழ்ச்சியுடன் இருக்கும்போது உங்கள் ஆழ்மனதை அகழ்ந்து பாருங்கள். ஒரு காலத்தில் துன்பம் அளித்தது எதுவோ அதுவே பின்னர் இன்பம் எய்துவதற்கும் காரணமாயிற்று என்பதை உணர்வீர்கள்.

துன்பப்படும்போது மனதைத் திறந்து பாருங்கள். இப்போது அழுவதற்கு எது காரணமோ அதுவேதான் முன்பு மகிழ்வதற்கும் காரணமாக இருந்தது என்ற உண்மையை உணர்வீர்கள்.

இன்பம்தான் துன்பத்தை விட மேலானது என்று சிலரும், இல்லை, இல்லை, துன்பம்தான் இன்பத்தை விட உயர்வானது என்று சிலரும் சொல்லக்கூடும். ஆனால் நான் சொல்லுகிறேன்,

இன்பமும் துன்பமும் பிரிக்க இயலாதது.

அவை ஒன்றாகவே வருகின்றன. ஒன்று உங்கள் தோளில் உட்காரும். மற்றொன்று உங்கள் படுக்கையில் படுத்துக் கொள்ளும்.

இன்பம், துன்பம் என்ற தராசுத் தட்டுக்களின் இடையில் நிலையில்லாது ஊசலாடும் தராசு முள் நீங்கள்.

இன்ப துன்பங்கள் நீங்கிய நிலையிலேயே நீங்கள் ஆடாமல் அசையாமல் ஒரு நிலை பெறுகிறீர்கள்.

உங்களை எடைபோடும் காலம் வரும். அப்போது உங்கள் இன்பமும், துன்பமும், உயர்வும், தாழ்வும் துல்லியமாய் கணக்கிடப்படும்.

வீடுகள்

வீடுகள் கட்டுவது பற்றிக் கூறுங்கள் என்று கேட்டார் ஒரு கட்டிடத் தொழிலாளி.

அவர் அன்புடன் பதில் சொன்னார்:

தனித்த வனத்தில் அற்புதமான கற்பனையில் ஒரு கோட்டையைக் கட்டுவதற்கு முன்பு, நகர்புற எல்லைக்குள் ஒரு எளிய இல்லத்தை அமைத்துக் கொள்ளுங்கள்.

நீங்கள் மங்கிய மாலைப் பொழுதில் மனநிறைவோடு வீடு திரும்பும்போது உங்கள் உள்ளம் எங்கேயோ தொலை தூரத்தில் அலைந்து கொண்டிருக்கிறது.

உங்கள் எண்ணங்களின் விரிவாக்கமே உங்கள் வீடு.

பகலில் வளர்ந்து, இரவின் அமைதியில் உறங்கும் உங்கள் கற்பனை இல்லம் கனவுகளுக்கு அப்பாற்பட்டதா? எழிலார்ந்த இடங்களுக்குச் சென்று உலாவருகிறதா?

உங்கள் கனவு இல்லங்கள் என் கரங்களில் கட்டுண்டு கிடக்குமானால் அவற்றை விதைகளாக்கி காட்டிலும், கழனியிலும் தூவ மாட்டேனா?

பசுமை நிறைந்த பள்ளத்தாக்குகளில், பூத்துக் குலுங்கும் திராட்சைத் தோட்டங்களில் நீங்கள் புகுந்து புறப்படும்போது அந்த மண்ணின் மணத்தை உங்கள் உடைகள் தாங்கி வராதா?

ஆனால் இவையனைத்தும் இன்னும் நடைபெறவில்லை. அச்சத்தின் மிகுதியால் உங்கள் முன்னோர்கள் உங்களை யெல்லாம் ஒன்றிணைத்து வைத்துள்ளார்கள். இந்த அச்சம் இன்னும் சிறிது காலம் நீடிக்கும். இந்தப் பிரிவினை தற்காலிகமானதே!

ஆர்பலீஸ் மக்களே! மனம் திறந்து சொல்லுங்கள். உங்கள் இல்லங்களில் என்ன சேமித்து வைத்திருக்கிறீர்கள்? பூட்டிய அறைக்குள் எதைப் பாதுகாக்கிறீர்கள்?

அமைதியின் பிடியில் ஏற்படும் ஆன்மபலத்தை வெளிப்படுத்தும் ஆற்றல் உங்களுக்கு உள்ளதா?

மனம் உயர் எண்ணங்களின் உச்சியில் நின்று உறவாடும் போது ஏற்படும் ஒளிவட்டத்தை உங்களால் நினைவுபடுத்திக் கொள்ள முடிகிறதா?

புறப்பொருட்களைத் துறந்து புனிதமான எண்ணங்களின் மலை முகட்டிற்குச் செல்லும் அக அழகு உங்களிடம் உள்ளதா?

சொல்லுங்கள். இவைகளெல்லாம் உங்கள் இல்லங்களில் உள்ளனவா?

வசதியான வாழ்க்கை மீது நீங்கள் கொண்டிருக்கும் மோகம், மெல்ல மெல்ல உங்கள் இல்லத்தில் கள்ளத்தனமாய் நுழைந்து முதலில் விருந்தினனாய் பின்னர் விருந்தளிப்பவனாய் மாறி இறுதியில் உங்கள் எஜமானனாகவே மாறி விடுவதை நீங்கள் விரும்புகிறீர்களா?

அது தனது ஆட்டிப்படைக்கும் ஆற்றலால் உங்கள் ஆசைகளை தனது கைப்பாவையாக மாற்றிவிடும்.

அதன் கரங்கள் பட்டுப் போன்றவை. பகட்டானவை. உள்ளமோ இரும்பு. அது உறவாடி உங்களை உறங்கச் செய்யும். பின்னர் படுக்கை அருகில் நின்று உங்களைப் பார்த்து எள்ளி நகையாடும்.

உங்களின் மெல்லிய நுண்ணுணர்வை அது கேலி செய்யும். பின்னர் உடைந்த பாத்திரத்தைப்போல் அதை குப்பையில் வீசிவிடும்.

வசதியான வாழ்க்கைக்காக பேராசை கொண்டு அலை பவர்களின் ஆன்மாவை அது கொன்றுவிடும்.

என் அருமைக் குழந்தைகளே! நீங்கள் ஓய்விலும் உழலுகிறீர்கள். நீங்கள் எந்தப் பொறியிலும் சிக்கக் கூடாது. எவரது சூழ்ச்சிக்கும் இரையாகிவிடக் கூடாது.

உங்கள் வாழ்க்கை நங்கூரமாக இருக்க வேண்டாம். பாய் மரக்கப்பலாக பரிணமிக்கட்டும்.

அது உங்கள் புண்ணை மறைக்கும் புனுகாக இல்லாமல் கண்ணைக் காக்கும் இமையாக இருக்கட்டும்.

சிறகை அகல விரித்துப் பறந்து செல்லுங்கள். கதவுகள் ஒரு தடையல்ல. தலைநிமிர்ந்து செல்லுங்கள். வீட்டின் கூரை தடுத்து நிறுத்தாது. அச்சமின்றி சுவாசியுங்கள். சுவர்கள் வெடித்துச் சிதறாது. மறைந்தவர்களின் சமாதிகளில் நீங்கள் வாழ வேண்டாம்.

ஓங்கி உயர்ந்த அழகிய அரண்மனைகள் கூட உங்கள் இரகசியங்களைக் காப்பாற்றாது. உங்கள் ஆசைகளை அடைத்து வைக்கும் இடமும் அதுவல்ல. பரந்தும் விரிந்தும் காணப்படும் இந்த வானமென்ற இன்ப இல்லம் உங்கள் கனவுகளைத் தாங்கி நிற்கும். புலர்ந்தும் புலராத காலைப் பொழுதின் மூடுபனியே அதன் கதவுகள். இனிய இரவுப் பொழுது எழுப்பும் இசையும், மௌனமுமே அதன் சாளரங்கள்.

ஆடைகள்

ஆடைகள் பற்றிச் சொல்லுங்கள் என்று ஒரு நெசவாளி கேட்க அவர் சொல்லத் தொடங்கினார்:

உங்களின் உடைகள் உங்கள் அழகின் பெரும் பகுதிகளை மறைத்துவிடுகின்றன. அழகற்ற உடல் பகுதியை அவை மறைப்பதில்லை.

உடைகள் அந்தரங்கத்தின் ஆனந்தத்தை அளித்தபோதும் அவை இடையூறையும் அளிக்கிறது அல்லவா?

கதிரவனின் ஒளியையும், காற்றின் மென்மையையும் உங்கள் புற உடல் தழுவட்டும். எஞ்சிய பகுதியை உடைகள் மறைக்கட்டும்.

வாழ்வின் ஜீவ சக்தி சூரிய ஒளியிலும் மிதந்து வரும் மென் காற்றிலும்தான் இருக்கிறது.

வாடைக்காற்றுதான் நாம் அணியும் ஆடைகளை நெய்தது என்று உங்களில் சிலர் சொல்லலாம்.

நான் சொல்லுகிறேன், ஆம், வாடைக்காற்றுதான். ஆனால் நாணமே அது நெய்யப்படும் தறி. மென்மையான அதன் தசைநார்களே அதன் நூலிழைகள்.

அழுக்கடைந்தவனின் கண்களுக்கு நாணமே ஒரு கேடயம். உங்களது வெறுங்கால்கள் தரும் தொடு இன்பத்திலும், குளிர்ந்த நற்காற்று உங்கள் கூந்தலில் நுழைந்து விளையாடுவதிலும்தான் அன்னை பூமி அக மகிழ்கிறாள் என்பதை மறந்துவிட வேண்டாம்.

வணிகம்

"வாங்குவதையும், விற்பதையும் குறித்து எங்களுக்குக் கூறுங்கள்" என்று ஒரு வணிகர் கேட்டார்.

அவர் பதிலளித்தார்:

அன்னை பூமி இனிய கனிகளை உங்களுக்கு வாரி வழங்குகிறாள். அதனை இருகரம் நிறைய பெறுவது எப்படி என்பதை நீங்கள் அறிந்து கொள்ளவில்லை.

பூமி தரும் பரிசுப் பொருட்களை பரிமாறிக் கொள்வதில் தான் நீங்கள் அளப்பரிய ஆன்ம நிறைவைப் பெறுவீர்கள்.

அன்பும், பரிவும், நீதியுடன் கூடிய பரிமாற்றமே உயர்வானது. தவறான பரிமாற்றம் உங்களை பேராசைக் கொள்ள செய்துவிடும். பலரை பசிக் கொடுமைக்கு ஆட்படுத்திவிடும்.

கடைவீதிகளில் கடல் வணிகர்களே தோட்டத் தொழிலாளர்களே நீங்கள் நெசவாளர்களையும், மண்வளக் கலைஞர்களையும் காண்கிறீர்கள்.

வணிகர்களே! இந்த பூமியைப் படைத்த பேராற்றலை வேண்டிக் கொள்ளுங்கள். "எங்களுக்குக் காட்சியளித்து எங்களது எடைக் கருவிகளையும், கணக்கிடும், முறைகளையும் அளவிடும் நேர்மையையும் பரிசோதித்து ஆசீர்வதியுங்கள் என்று".

வணிகத்தில் வெறுங்கை முழம் போடாது. அப்படிப் பட்டவர்களின் உழைப்பு உறிஞ்சப்படும்.

அப்படிப்பட்டவர்களிடம் கூறுங்கள் "எங்களுடன் வயல் களுக்கு வாருங்கள். அல்லது கடலுக்குச் சென்று வலை வீசுங்கள் என்று."

வயலும், கடலும் உங்களுக்கு வாழ்வாதாரங்களை வாரி வழங்கும். வஞ்சனையின்றி அள்ளிக் கொடுக்கும்.

அங்கு பாடகர்களும், நடன மங்கையர்களும், இசைக் கலைஞர்களும் வந்தால் அவர்கள் அன்புடன் தரும் பரிசுப் பொருட்களை ஏற்றுக் கொள்ளுங்கள்.

அவர்கள் உங்களைப் போலவே கனிகளும் பிற பொருட்களும் சேகரிப்பவர்களே. திறந்த மனம் கொண் டவர்களே. கனவுஉலகில் அவர்கள் சஞ்சரித்தாலும் உங்கள் ஆன்ம உயர்வுக்கு அவர்கள் உணவாக இருப்பார்கள்.

கடை வீதியை விட்டு நீங்கள் புறப்படும்போது வெறும் கையுடன் யாரும் திரும்பாமல் பார்த்துக் கொள்ளுங்கள்.

உங்களில் கடைநிலைப்பட்டவரின் தேவைகள் நிறைவு செய்யப்படாத நிலையில் அன்னை பூமியின் ஆன்மா அமைதியில் உறங்காது.

குற்றமும் தண்டனையும்

 அடுத்து நீதிபதிகளில் ஒருவர் அவர் முன்னால் வந்து "குற்றமும் தண்டனையும் பற்றிப் பேசுங்கள்" என்றார்.

அவர் பதில் கூறினார்:

உங்களது ஆன்மா காற்றில் கலந்து அலையும் போது நீங்கள் தனித்து ஆன்மாவின் பாதுகாப்பு இன்றி இல்லை. மற்றவர்களுக்கு தீங்கு செய்கிறீர்கள். அடுத்தவர்களுக்கு செய்யும் தீங்கு உங்களுக்கே செய்து கொள்வதாகும்.

தவறு செய்த காரணத்தால் நீங்கள் தட்டுகிற மேலுலகக் கதவு உடனே திறக்கப்படுவதில்லை. சற்று நேரம் நீங்கள் காத்திருக்க வேண்டும்.

உங்கள் மனம் ஆழ்கடல் போன்றது.

அது எப்போதும் தூய்மை இழப்பதில்லை.

அது ஆர்வமுள்ளோரை மட்டுமே வானுயர உயர்த்தும்.

உங்கள் தூய உள்ளம் கதிரவனைப்போல

எலிகள் நுழையும் வழியும், பாம்புகள் வசிக்கும் புற்றுகளும் அதற்குத் தெரியாது.

உன்னுள் மனிதம் நிறைய இருக்கிறது.

மனிதத் தன்மையற்ற இயல்புகளும் இருக்கின்றன.

ஆனால் வடிவமற்ற சிறு உருவம் உறக்கத்தில் தன் விடியலைத் தேடிக் கொண்டிருக்கிறது.

உங்களுக்குள் உள்ளடக்கமாய் உள்ள மனிதனைப் பற்றி இப்போது நான் பேசுகிறேன்.

உங்கள் உள்ளத்தில் உறைந்து நிற்கும் மனிதன் எது குற்றம், என்ன தண்டனை என்பதை நன்கு அறிவான்.

குற்றம் இழைப்பவன் உங்களில் ஒருவன் என்று நீங்கள் உணர்வதில்லை. அவனை அந்நியன் என்று நினைக்கிறீர்கள். ஆக்கிரமிப்பாளன் என்று கருதுகிறீர்கள்.

ஒழுக்கமிக்கோரும் நல்லோரும் கூட அவர்களது உள்ளத் தூய்மையின் அளவுக்கே உயரமுடியும்.

அதைப்போல கயவர்களும், பலவீனர்களும் அடைகிற வீழ்ச்சி அவர்களின் எண்ணத்தின் பிரதிபலிப்பே.

மரத்திற்குத் தெரியாமல் ஒரு இலைகூட பழுப்பதில்லை. அதுபோல் சமூகத்தின் மொத்த ஆதரவில்லாமல் ஒருவன் தீமை செய்ய முடியாது. விழாக்காலங்களில் ஊர்வலம் செல்லும் கூட்டத்தில் நீங்களும் பின்தொடர்ந்து செல்வது போல.

வழியும் நீங்களே! வழிப்போக்கனும் நீங்களே. உங்களில் முன்னால் செல்பவன் தடுக்கி விழுவது பின்னால் வருபவர்களை எச்சரிக்கை செய்யவே. 'கற்கள் இருக்கின்றன. கவனித்து வரவும்' என்ற எச்சரிக்கை.

பின்னால் வருபவர் ஆபத்தை உணர்ந்து அழுத்தமாய் அடியெடுத்து வைத்தபோதும் தடைக்கற்களை அப்புறப் படுத்துவதில்லை.

எனது இந்த கடினமான வார்த்தைகளை உங்கள் காதுகளில் போட்டுக் கொள்ளுங்கள்.

கொலையுண்டவன் கொலைக்கான காரணங்களுக்கு பொறுப்பேற்க வேண்டியவனே.

பொருளைப் பறிகொடுத்தவன் அந்தச் செயலுக்கு அவனும் காரணமானவனே.

தீயவர்களின் செயலுக்கு நல்லவர்களும் பொறுப்பே. அவர்கள் நிரபராதிகள் அல்ல.

கயவர்களின் தீய செயல் தொடரும் வரை தூயவன் என்று தன்னை யாரும் கூறிக் கொள்ள முடியாது.

குற்றம் சுமத்தப்பட்டவன் மற்றவர்களின் சுமை தாங்கியாக மாறுகிறான்.

நீதியை அநீதியிலிருந்தும் நன்மையை தீமையிலிருந்தும் நீங்கள் பிரித்துவிட முடியாது.

அவை கருப்பு வெள்ளை நூலிழைகள் பிணைக்கப் பட்டது போல் கதிரவன் முன் ஒன்று சேர்ந்தே நிற்கின்றன.

ஒரு நூல் அறுந்தாலும் நெசவாளி முழு ஆடையையும் ஆய்வு செய்கிறான். தறியையும் நன்கு சோதிக்கிறான்.

கணவனிடம் விசுவாசம் இல்லாத மனைவியை விசாரணைக் கூண்டில் நிறுத்தினால் அவள் கணவன் தன் இதயத்தை அளந்து பார்க்கட்டும். தனது ஆன்மாவை பரிசோதனைக்கு ஆட்படுத்திக் கொள்ளட்டும்.

நேர்மையின் பெயரால் உங்களில் யாராவது தண்டனை கொடுத்தால், நச்சு மரத்தை வெட்டிச் சாய்க்கும் முன் அதன் வேர்களையும் பார்க்கட்டும்.

குற்றவாளிகளுக்கு சாட்டையடி கொடுக்கும் முன் அவனது ஆன்மாவையும் பார்க்கட்டும்.

பலமான வேர்களும், பலவீனமான வேர்களும் பின்னிப் பிணைந்து ஒரே மரமாகக் காட்சியளிக்கவில்லையா!

நீதிபதிகளே! தோற்றத்தில் நேர்மையானவனாகவும், உள்ளத்தில் திருடனாகவும் இருப்பவர்களுக்கு நீங்கள் என்ன தண்டனை வழங்குவீர்கள்.

உடலைக் கொலை செய்தவன் ஆன்மக் கொலைக்கும் ஆளானவனாக இருக்கும்போது அவனுக்கு என்ன தண்டனை வழங்குவீர்கள்?

கொடுமைக்கு ஆட்படுத்தப்பட்டவன் அதன் விளைவாக ஏமாற்றுக்காரனாக மாறிவிட்டால் அவனுக்கு என்ன தண்டனை கொடுப்பீர்கள்.

ஒருவன் செய்த தீமையைக் காட்டிலும் அவனது மனச்சான்று பெரிதாக இருக்குமானால் அவனை எவ்வாறு தண்டிப்பீர்கள்?

எந்தச் சட்டம் மனசாட்சிக்கும் மேலாக நின்ற ஆளுமை செய்கிறதோ அந்தச் சட்டத்தை ஏற்று பணியாற்றுவீர்களா?

எப்படியிருப்பினும் குற்றமற்றவர்கள் மீது உங்களால் மன சாட்சியை சுமத்த முடியாது. குற்றவாளிகளின் இதயத்தில் இருந்து எடுக்கவும் முடியாது.

எப்பொருளாயினும் அதன் முழு பரிமாணத்தைப் பார்க்காமல் நீதியின் மாண்பை புரிந்து கொள்வது எப்படி?

அப்போதுதான் நீங்கள் விழுந்தவனுக்கும், எழுந்த வனுக்கும் இடையில் உள்ள வேறுபாட்டை அறியமுடியும்.

உதயசூரியன் அள்ளி வழங்கும் ஒளிவெள்ளத்தில் நிற்ப வனுக்கும், இருளின் பிடியில் சுருண்டு கிடப்பவனுக்கும் மத்தியில் நிலவும் வேறுபாட்டை உணரமுடியும்.

கோயிலின் ஆதாரக்கல் அஸ்திவாரக்கல்லைவிட உயரமானதல்ல.

சட்டங்கள்

 வழக்கறிஞர் ஒருவர், "சட்டங்களைப் பற்றி எங்களுக்குச் சொல்லுங்கள்" என்று கேட்டுக் கொண்டார்.

ஆன்மீக குரு பதில் சொன்னார்:

சட்டங்களை உருவாக்குவதில் நீங்கள் மகிழ்ச்சியடைகிறீர்கள். அதே சட்டங்களை உடைப்பதில் அதைவிட அதிக மகிழ்ச்சி யடைகிறீர்கள்.

கடற்கரையில் விளையாடும் குழந்தைகள் மணலில் மாளிகை கட்டி பின்னர் அதை தகர்த்து விட்டு சிரிப்பதைப் போல.

நீங்கள் மாளிகை கட்ட கடல் தன் மணலை வாரி வழங்குகிறது. நீங்கள் அவற்றை அழிக்கும்போது கடல் உங்களோடு சேர்ந்து சிரிக்கிறது.

கடல் எப்போதும் களங்கமற்றவர்களுடன் சேர்ந்தே சிரிக்கிறது.

வாழ்க்கை கடலாக இல்லாமல் போனவர்களுக்கு மனிதர்கள் இயற்றிய சட்டங்கள் மணல் வீடுகளாக இல்லாமல் போனால் என்ன செய்வது?

வாழ்க்கையை பாறையாக்கி சட்டம் எனும் சிற்றுளி கொண்டு தான் விரும்பிய வண்ணம் உருவாக்கிக் கொண்ட வர்கள் பற்றி என்ன சொல்வது?

அழகிய நாட்டியத்தை வெறுக்கும் அங்கஹீனர்கள் பற்றி என்ன சொல்வது?

நுகத்தடியை விரும்பி ஏற்கும் எருதுகள் பற்றியும் காட்டில் அலைந்து திரியும் கலைமான்கள் பற்றியும் என்ன சொல்வது?

தனது சட்டையை உரிக்க இயலாத கிழட்டுப் பாம்பு மற்ற பாம்புகளை வெட்கங்கெட்ட நிர்வாணப் பாம்புகள் என்று கேலி செய்வதை என்னவென்று சொல்ல.

திருமண விருந்தில் வயிறு புடைக்க தின்றுவிட்டு விருந்து என்பதே சட்ட விரோதம் என்றும் விருந்து உண்பவர்கள் எல்லோரும் சட்டத்தை உடைப்பவர்கள் என்றும் சொன்னால் அவர்களைப் பற்றி என்ன சொல்வது.

சூரிய ஒளியில் நிற்பதாகக் கூறிக் கொண்டு முதுகை காட்டிக் கொண்டு நிற்பவர்கள் பற்றி என்ன சொல்வது?

அவர்களுக்கு சூரியன் வெறும் நிழலை உருவாக்குபவன் தானா?

சூரியன் என்பது அது தரும் வெறும் நிழல் அல்ல. சட்டம் என்ற சூரியனைப் பாராமல் வெறும் நிழல்களைத் தேடுவோரை என்ன செய்வது?

நீங்கள் சூரியனை நோக்கி பயணிக்கும் போது அதன் நிழல்களால் உங்களைத் தடுத்து நிறுத்த முடியுமா?

நீங்கள் காற்றுடன் கலந்து பயணிக்கும்போது உங்களுக்கு வழிகாட்ட திசைகாட்டி எதற்கு?

நீங்கள் உங்கள் தளைகளை உடைத்து வெளியே வரும் போது எந்த மனிதர்களின் எந்தச் சட்டம் உங்களை தடுத்து நிறுத்த முடியும்?

அடிமைச்சங்கிலியை நீங்களே மாட்டிக் கொள்ளாத வரையில் எந்தச் சட்டம் உங்களை அச்சுறுத்த முடியும்?

உங்கள் உரிமைகளை நீங்களே தூக்கி எறிந்து விட தனித்து நின்றால், உங்களை யார் விசாரணைக்கு உட்படுத்த முடியும்?

ஆர்பலீஸ் மக்களே! நீங்கள் முரசின் முழக்கத்தை தடுக்கலாம். யாழின் நரம்புகளைத் தளர்த்தலாம். ஆனால் வானம்பாடியை பாடக்கூடாது என்று கட்டளையிடுவது யார்?

சுதந்திரம்

 பிறகு "சுதந்திரம் பற்றி எங்களிடம் பேசுங்கள் என்று கேட்டுக் கொண்டார்", ஒரு பேச்சாளர். அவர் பதில் சொன்னார்:

நீங்கள் நகரவாயிலிலும், நெருப்பின் அருகில் அமர்ந்து குளிர்காயும் போதும் உங்கள் சுதந்திர தேவியை பணிந்து வணங்குவதைப் பார்த்திருக்கிறேன்.

கொடுமைக்காரனிடம் அடிமைப்பட்டு கிடக்கும் மக்கள் அவமானங்களையும் தாங்கிக்கொண்டு அவனை பாராட்டி மகிழ்வதைப் பார்த்திருக்கிறேன்.

ஆலயங்களிலுள்ள நந்தவனங்களிலும் கோட்டை நிழல்களிலும் உங்களில் சுதந்திரமானவர்கள் அடிமைச் சங்கிலியை அணிந்து கொண்டு வலம் வருவதைப் பார்த் திருக்கிறேன்.

என் இதயத்தில் இரத்தம் வடிகிறது. சுதந்திரம் என்பதை உங்கள் இலட்சியமாகவும், இலக்காகவும் கருதிப் பேசிக் கொண்டே இருக்கிறீர்கள். பேச்சில் இல்லை சுதந்திரம். இந்த உணர்வுகளிலிருந்து விடுபடும் போதுதான் சுதந்திரம் கிடைக்கும்.

உங்கள் பகல்பொழுது பாதுகாப்பாகவும், இரவு நேரம் தேவையும் துயரமும் இல்லாத நிலையில்தான் உங்களுக்கு விடுதலை கிடைக்கும்.

வாழ்க்கை துன்பங்களின் பிடியில் இறுகும்போது உறுதியுடன் எழுந்து நிற்க வேண்டும்.

நீங்களே உங்கள் கரங்களை அடிமைச்சங்கிலியால் இறுகக் கட்டிக்கொண்ட பிறகு உங்களுக்கு விடியல் எப்படி வரும்.

கரங்களை பிணைத்து நிற்கும் சங்கிலியை உடைத் தெறியுங்கள். விடுதலை என்னும் விடியல் தேடி வரும்.

நீங்கள் விடுதலை என்று கூறுவது உண்மையில் ஒரு வலிமை மிக்க விலங்குதான். அது சூரிய ஒளியில் மின்னி உங்கள் கண்களை கூசச் செய்தால்கூட உங்கள் தனித்தன்மையை இழப்பதால் நீங்கள் விடுதலை பெற்றுவிட முடியுமா?

ஒரு அநீதியான சட்டத்தை நீங்கள் நீக்கும்போது அதே சட்டம் உங்கள் கரங்களாலேயே உங்கள் நெற்றியில் எழுதப்பட்டுவிடுகிறது.

சட்டங்களை எரிப்பதாலோ நீதிபதிகளின் நெற்றிகளைக் கழுவுவதாலோ உங்கள் நெற்றியில் எழுதப்பட்டதை அழித்துவிட முடியாது.

ஒரு கொடுங்கோலனை அரியணையிலிருந்து விரட்டு வதற்கு முன் அதே அரியணை உன்னுள் எழுப்பப் பட்டிருப்பதை கவனி. முதலில் அதை அழி.

விடுதலை வேட்கைமிக்கவர்களையும் ஆணவம் கொண்டவர்களையும் ஒரு கொடுங்கோலனால் எப்படிக் கட்டுப்படுத்த முடியும்?

நீங்கள் எந்தக் கவலையிலிருந்து விடுபட விரும்பு கிறீர்களோ அந்தக் கவலை நீங்களே உண்டாக்கிக் கொண்டது. உங்கள் மீது திணிக்கப்பட்டது அல்ல.

எந்த அச்சத்தை நீங்கள் விரட்ட விரும்புகிறீர்களோ அந்த அச்சம் உங்கள் இதயத்தில் குடிகொண்டிருக்கிறது. கரங்களில் அல்ல.

அனைத்து உணர்வுகளும் உங்களின் உள்ளத்தில் உறவாடிக் கொண்டிருக்கிறது. விருப்பு, வெறுப்பு, வேண்டுதல்,

வேண்டாமை, போன்ற உணர்வுகளிலிருந்து நீங்கள் விடுதலை பெறவேண்டும்.

இவை ஒளியும் நிழலுமாய் ஒன்றுபட்டு உங்களை இயக்கிக் கொண்டே இருக்கின்றன.

அந்த நிழல் மறைந்து விடுகிறபோது அந்த ஒளி மற்றொரு ஒளிக்கு நிழலாக மாறிவிடுகிறது.

இப்படி உங்கள் சுதந்திரம் அடிமைச் சங்கிலியை அறுத்துக் கொண்டு வெளியே வரும்போது அதுவே ஒரு பெரிய சுதந்திரத்தின் கால் விலங்காக மாறிவிடுகிறது.

பகுத்தறிவு உணர்வு

 பின்னர் அந்தப் பெண்துறவி "பகுத்தறிவு பற்றியும் உணர்ச்சிகள் பற்றியும் எங்களிடம் பேசுங்கள்" என்றாள்.

அவர் பதிலளித்தார்:

உங்கள் ஆன்மா ஒரு போர்க்களம். அதில் உங்கள் நியாய உணர்வுகளும், தீர்மானிக்கும் ஆற்றலும் இணைந்து உங்கள் வேட்கைக்கு எதிராக போர் நடத்துகின்றன.

நான் ஒரு சமாதானத் தூதுவனாக இருந்தால், உங்கள் ஆன்மாவில் குடி கொண்டிருந்தால் உங்களிடம் காணப்படும் வேறுபாடுகளையும், பகைமையையும் போக்கி ஒன்றுபடச் செய்து இனிமையான சூழலை உருவாக்குவேன்.

உங்களிடம் அதே சமாதான உணர்வு இல்லாதிருக்கு மானால், உங்களிடம் நிறைந்திருக்கும் முழுமையை நேசிக்காமல் என்னால் மட்டும் அதை எப்படி சாதிக்க முடியும்?

உங்கள் நல்லறிவும், வேட்கைமையும் ஆன்மா பயணிக்கும் கடல் பயணத்தில் பாய்மரமாகும்.

சுக்கானோ பாய்மரமோ முறிந்துவிட்டால் நீங்கள் தண்ணீரில் தத்தளிப்பீர்கள். அல்லது நடுக்கடலில் அசை யாமல் நின்றுவிடக்கூடும்.

பகுத்தறிவுக்குத் தனிமையே வலிமை. நிராகரிக்கப்பட்ட உணர்வுகள் தன்னைத்தானே அழித்துக் கொள்ளும் நெருப்பு.

பகுத்தறிவுக்கும் மேலாக ஆன்மா உயர்ந்து நிற்கட்டும். உணர்வுகள் ஒரு கட்டுக்குள் இருக்கட்டும். இனிமை எங்கும் நிலவட்டும்.

உங்கள் உணர்வுகள் பகுத்தறிவில் சங்கமிக்கட்டும். பீனிக்ஸ் பறவை சாம்பலிலிருந்து உயிர்த்தெழுவதுபோல் உங்கள் உணர்வுகள் புத்துணர்வு பெற்று பொங்கி வழியட்டும்.

உங்கள் நியாயத்தையும், ஆசையையும் இரு அன்பான விருந்தினர்களைப் போல் உங்கள் வீட்டில் வைத்திருக்க விரும்புகிறேன். நிச்சயமாக விருந்தினர்களிடையே வேறுபாடு காட்டமாட்டீர்கள். வேறுபாடு காட்டினால் இருவருடைய நட்பையும், அன்பையும் இழந்து விடுவீர்கள்.

குன்றுகளுக்கு மத்தியில் குளிர்தரும் மரங்களின் நிழல்களில் அமர்ந்தபடி பசுமை வயல்களின் அமைதியில் ஆழ்ந்தபடி தங்கள் மனம் சொல்லட்டும் "இறைவன் பகுத்தறிவில் இருக்கிறான்" என்று. புயல் வீசும்போதும், காற்றின் வேகம் கடுமையாக இருக்கும்போதும், இடியும் மின்னலும் வானத்தின் மேன்மையை வெளிப்படுத்தும்போதும் உங்கள் இதயம் சொல்லட்டும் "இறைவன் உணர்வுகளில் இயங்குகிறான் என்று".

இறைவனின் ஆட்சியில் நீ ஒரு மூச்சு மட்டுமே. அந்தப் பரம்பொருளின் கானகத்தில் நீ ஒரு இலை மட்டுமே. எனவே நீயும் பகுத்தறிவில் இளைப்பாறி உணர்வுகளில் இயங்க வேண்டும்.

வேதனை

 பின்னர் ஒரு பெண் வேதனையைப் பற்றிச் சொல்லுங்கள் என்று வேண்டி கேட்டுக் கொண்டாள்.

அவர் சொன்னார்:

உங்களை நீங்களே புரிந்து கொள்வதற்கு இயலாத வகையில் ஓடு போல் உங்களை மூடியிருக்கும் தடைகளை உடைத்து எறிவது தான் வேதனை.

கற்களை பிளக்க உதவும் கல் தானும் உடைகிறது. உடைந்த கல்லின் வேதனையை நீங்கள் புரிந்து கொள்ள வேண்டும்.

அன்றாட வாழ்வின் அற்புதங்களில் உங்கள் மனம் ஒன்றி நின்றால் உங்கள் மகிழ்ச்சியைக் காட்டிலும் வேதனை குறைவாகத் தோன்றாது.

வயல்களில் செழித்து வளரும் செடி கொடிகள் எப்படி பருவங்கள் தோறும் மாற்றங்கள் அடைகின்றனவோ அப்படியே உங்கள் உள்ளமும் மாற்றங்களை ஏற்றுக் கொள்ளட்டும்.

துயரக் காலத்திலும் அமைதியாக இவற்றை பார்த்துக் கொண்டிருப்பீர்கள்.

துயரங்கள் உங்கள் தேர்வுகளே.

உங்களுக்குள் காணப்படும் வியாதி உங்களுக்குள் மறைந் திருக்கும் மருத்துவராலேயே குணப்படுத்தப்படும்.

உங்களுக்குள் காணப்படும் வியாதி குணமாவது உங்களுக்குள் மறைந்திருக்கும் மருத்துவரின் கசப்பு மருந்தால்தான்.

அதனால் மருத்துவரை நம்புங்கள். அவர் அளித்த மருந்தை அமைதியாக நம்பிக்கையுடன் அருந்துங்கள்.

அந்தக் கரங்கள் கடினமாகவும், உறுதியாகவும் இருந்தாலும் அதனை வழிநடத்துவது கண்களுக்கும் புலனாகாத மென்மையான அன்புக்கரங்கள்தான்.

அவர் கொண்டு வரும் கிண்ணம் உங்கள் உதடுகளைச் சுட்டாலும், அது செய்ய பயன்பட்ட களிமண் குயவனின் கண்ணீரால் பதப்படுத்தப்பட்டது.

சுய அறிவு

 பிறகு ஒரு மனிதன் "சுய அறிவு" பற்றி எங்களுக்குச் சொல்லுங்கள்" என்று கேட்டான்.

அவர் பதில் சொன்னார்:

அமைதியில் திளைக்கும்போது இரவு பகல்களின் இரகசியங்களை உங்கள் இதயம் அறியும்.

உங்கள் செவிகள் இதயம் எழுப்பும் ஞான ஒலிகளில் நாட்டம் கொள்ளட்டும்.

எண்ணங்களால் நீங்கள் அறிந்து கொண்டதை சொற்களால் நீங்கள் அறிவீர்கள்.

உங்கள் கனவுகளின் காட்சிகளை விரல்களால் தீண்டுவீர்கள்.

நன்று. அதனைத் தொடருங்கள்.

உங்களுள் மறைந்திருக்கும் ஆன்ம ஊற்று பெருக்கெடுத்து ஓடி கடலில் சங்கமிக்கட்டும்.

ஆழங்காண இயலாத தங்களின் அருட்செல்வங்கள் தங்கள் கண்களில் புலப்படட்டும்.

யாரும் அறியாமல் நிறைந்திருக்கும் உங்கள் அருட் செல்வங்களை நிறுத்துப் பார்க்க எந்த எடைக் கருவியும் வேண்டாம்.

ஆன்மா அளந்தறிய இயலாத எல்லையற்ற பெருங்கடல்

தனிமனிதனின் ஆற்றல் எல்லையற்றது. அளவிட முடியாதது. நான் உண்மையின் முழுப்பரிமாணத்தையும் கண்டு கொண்டேன் என்று கூறாதீர்கள். மாறாக ஒரு உண்மையை மட்டும் கண்டு கொண்டேன் என்று சொல்லுங்கள்.

நான் ஆன்மாவின் பாதையைக் கண்டுகொண்டேன் என்று கூறாதீர்கள்.

அதற்கு பதிலாக எனது வழியில் நடந்து செல்லும் ஆன்மாவைப் பார்த்தேன் என்று சொல்லுங்கள்.

ஆன்மா எல்லா பாதைகளிலும் பயணிக்கும்.

ஆன்மா ஒரு நேர்கோட்டின் மீது நடந்து செல்லாது. நாணலைப் போல் வளையவும் செய்யாது.

எண்ணற்ற தாமரை இதழ்கள் மலர்ந்து மணம் வீசுவது போல் ஆன்மா தானே தனித்து நின்று ஒளிவீசும்.

கற்றுத் தருதல்

பின்னர் ஒரு ஆசிரியர் "கற்பித்தல்" பற்றிக் கூறுங்கள் என்று கேட்டுக் கொண்டார்.

அவர் சொன்னார்:

அறிவு உங்கள் இதயத்தில் ஆழ்ந்து மறைந்திருக்கிறது. அதை வெளிக்கொணவர்வதுதான் கல்வி.

இல்லாத ஒன்றை யாராலும் உருவாக்க முடியாது.

ஆலய நிழலில் நடந்து செல்லும் ஆசிரியர் தனது அறிவை வாரி வழங்குவதில்லை. அன்பையும் நம்பிக்கையும் மட்டுமே வழங்குகிறார்.

தனது வீட்டின் அறிவுக்கதவுகளை திறந்து அங்கே உங்களை அழைத்துச் செல்லும் ஆசிரியரைவிட உங்கள் வாயிலுக்கே வந்து உங்கள் மனக்கதவுகளைத் திறந்து வைக்கும் ஆசிரியரே மேலானவர்.

விண்வெளி விஞ்ஞானி தன் ஆய்வு அனுபவத்தை உங்களிடம் விளக்கிக் கூறலாம். ஆனால் அவர் பெற்ற அறிவை அவரால் முழுமையாக உங்களுக்கு அள்ளித்தர முடியாது.

ஒரு பாடகன் பிரபஞ்சப் பெருவெளியில் தான் கேட்ட பல்வேறு நாத ஒலிகளை உங்களுக்கு இசையாக வாரி வழங்கலாம்.

ஆனால் அந்த இயற்கை ஒலியை, அதன் எதிரொலியை, அவன் கேட்டு ரசித்தபோது ஏற்பட்ட உணர்வை உங்களுக்கு அப்படியே அவனால் வழங்க முடியாது.

எண்கணித வல்லுனர் எடை, அளவுகள் பற்றி உங்களுக்குச் சொல்லமுடியும். ஆனால் அவரால் அவற்றைக் கொண்டு உங்களை அளக்க முடியாது. இறைவனை அறிவதில் நீங்கள் ஒவ்வொருவரும் தனித்தன்மை பெற்றிருக்கிறீர்கள். அதைப் போலவே இறைவன் சந்நிதானத்தில் நீங்கள் ஒவ்வொருவரும் தனித்தனியே மதிப்பீடு செய்யப்படுவீர்கள்.

நட்பு

 பிறகு ஒரு இளைஞன் "எங்களுக்கு நட்பைப் பற்றிச் சொல்லுங்கள்" என்று கேட்டான்.

அவர் பதில் சொன்னார்:

உங்கள் தேவைகளை நிறைவேற்றுபவனே உங்கள் நண்பன்.

அவன் உங்கள் விளைநிலம். அதில் அன்பை விதைத்து நன்றி மேலிட அறுவடை செய்கிறீர்கள்.

அவனே உங்கள் நிலைக்களன். குளிருக்கு இதமூட்டும் கனல்.

அவனே பசிக்கும் உன் வயிற்றுக்கு பரிவுடன் உணவளிப்பவன். பதைக்கும் நெஞ்சத்திற்கு அமைதி அளிப்பவன்.

உங்கள் நண்பன் மனம் திறந்து பேசும்போது இல்லை என்று சொல்ல அஞ்சத்தேவையில்லை 'ஆம்' என்று சொல்லத் தயக்கம் தேவையில்லை.

உங்கள் நண்பன் அமைதியின் பிடியில் ஆழ்ந்திருக்கும் போது உங்கள் இதயக் கதவுகள் மூடிக்கொள்ள வேண்டாம்.

நட்புக்கு மொழி இல்லை. எல்லா எண்ணங்களும் அபிலாஷைகளும், எதிர்பார்ப்புகளும் சொற்களுக்கு அப்பாற்பட்டு பிறப்பெடுத்து மகிழ்ச்சியளிக்கும்.

உங்கள் நண்பனை பிரிய நேர்ந்தால் அதற்காக வருந்த வேண்டாம்.

அவனிடம் நீங்கள் கொண்டிருக்கும் அபரிமிதமான அன்பு அவன் இல்லாத நிலையிலும் மேலும் தெளிவாகப் புலப்படும். தரையிலிருந்து மேலே ஏறுபவர்களுக்கு மலை தெளிவாகத் தெரிவது போல.

ஆன்ம உணர்வுகளை வலிமைப்படுத்தி ஒருங்கிணைப் பதற்கும் மேலான காரணங்கள் நட்புக்கு வேறு எதுவும் இல்லை.

தன்னை முன்னிலைப்படுத்திக் கொள்வது அன்பு அல்ல. அன்பு ஒரு அகன்ற வலை. பரந்த உள்ளம் கொண்டவர்களே அதில் அகப்படுகிறார்கள்.

உங்களின் சிறந்தவைகள் அனைத்தும் நண்பனுடையதாக இருக்கட்டும்.

உங்கள் அன்பின் அலைகளின் ஏற்ற இறக்கங்களையும், வெள்ளப்பெருக்கையும் அவன் அறியட்டும்.

நேரத்தைப் பாழடிக்கும் நட்பினால் என்ன பயன்?

நேரத்தை பயனுள்ளதாக்க நண்பனைத் தேடுங்கள். உங்கள் அறிவுதாகத்தை அவன் நிரப்பட்டும்.

வெறுமையை அல்ல.

நட்பின் இனிமையில் மகிழ்ச்சி பொங்கட்டும். சிரிப் பலைகள் எங்கும் சிதறட்டும்.

சிறிய விஷயங்களில் பனித்துளிபோல் இதயம் அதில் லயித்து காலைப் பொழுதின் புத்துணர்வு பெற்று மகிழட்டும்.

பேச்சு

அறிஞர் ஒருவர் 'பேச்சு' பற்றி கூறுங்கள் என்று கேட்டுக் கொண்டார்.

அவர் சொன்னார்:

சிந்தனைகளின் தாக்கத்தால் அமைதியை இழக்கும் போது நீங்கள் பேச முற்படுகிறீர்கள்.

உங்கள் இதயம் தனிமையில் இனிமை காண இயலாத போது நீங்கள் உதடுகளில் வாழ ஆரம்பித்து விடுகிறீர்கள். பேச்சு வெறும் பொழுதுபோக்காக மாறிவிடுகிறது.

உங்கள் மிகையான உரையாடலின்போது சிந்தனை உயிர் துடிப்பை இழக்கிறது.

சிந்தனை என்பது வானில் சிறகடித்துப் பறக்கும் பறவை. சொற்கள் என்னும் கூண்டில் அதன் சிறகுகள் முடங்கி சுதந்திரமாய் பறக்க முடிவதில்லை.

தனிமையைத் தவிர்க்க உங்களில் சிலர் அரட்டை அடிப்பதில் ஆர்வம் காட்டுகிறீர்கள்.

தனிமை தரும் அமைதி அவர்களது வெறுமையை அடையாளம் காட்டிவிடுகிறது. எனவே அவர்கள் தனிமையை தவிர்க்கிறார்கள்.

தொலைநோக்குப் பார்வை இல்லாத சிலர் எதையாவது உளறிக் கொட்டிவிட்டு பின்னர் அவர்கள் பேசியதை

அவர்களே புரிந்து கொள்ள முடியாமல் திண்டாடு கிறார்கள்.

உள்ளத்தில் சிலர் உண்மைகளைத் தேக்கி வைத்துக் கொண்டு அவற்றை வார்த்தைகளால் வடிவம் கொடுக்க இயலாமல் இருக்கிறார்கள். அப்படிப்பட்டவர்களின் இதயத்தில் ஆன்மா மௌனமாக வாழும்.

உங்கள் நண்பனை சாலைகளிலோ, கடைவீதிகளிலோ சந்தித்தால் உங்கள் ஆன்ம பரிசுத்தம் உதடுகளை இயக்கி சொற்கள் உருவாக வழிகாட்டட்டும்.

உங்கள் இதயம் மொழிகிற சத்ய வார்த்தைகளை அவனது ஆன்மா உள்வாங்கிக் கொள்ளும். இனிய திராட்சை மதுவை நினைவுகொள்வது போல.

உங்கள் சொற்கள் அவன் நினைவில் என்றும் நிலைத்து நிற்கும்.

வண்ணம் மறந்து போனால் பாத்திரம் இல்லை.

காலம்

 ஒரு வானவியல் அறிஞர் காலம் என்றால் என்ன? என்று கேட்டார்.

அவர் பதில் சொன்னார்:

அளவுகள் இல்லாததும், அளக்க முடியாததும், நீங்கள் அளக்க முயற்சிப்பதுமே காலம்.

உங்களின் அன்றாட வாழ்வியல் நடவடிக்கைகளையும், ஆன்மீக செயல்பாடுகளையும்கூட நீங்கள் பருவகால மாறுதல்களை கணக்கில் கொண்டே அமைத்துக் கொள்ளுகிறீர்கள்.

காலம் ஒரு நீரோடை. அதன் கரைகளில் அமர்ந்து கண்களை அகலத்திறந்து அதன் ஓட்டத்தைக் காண வேண்டும்.

வாழ்க்கை நேரங்களைக் கடந்தது. இன்றைய நாள் நேற்றைய நாளின் நினைவு. நாளை என்பது இன்றைய கனவு.

உங்கள் இதயத்தில் இன்னும் ஒலித்துக் கொண்டிருக்கும் அந்த இசைதான் விண்வெளி எங்கும் பரந்து சிதறிக் கிடக்கும் ஒலிகளுக்கெல்லாம் மூலம்.

அன்பின் ஆற்றல் எல்லையற்றது என்பதை உங்களில் அறியாதவர் எவர்?

அன்பு எல்லையற்றது என்றாலும் அது எங்கும் நிரவி நின்று ஜீவன் எங்கே உற்பத்தியாகிறதோ அங்கேயே இருந்து இயக்குவிப்பது?

அன்பைப் போலவே காலமும் பிரிக்க இயலாதது. அது இடைவெளி அற்றது அல்லவா?

நேரத்தை பருவகாலங்களில் கணக்கிடுங்கள். ஒவ்வொரு பருவகாலத்தையும் மற்ற எல்லா பருவங்களும் சூழ்ந்திருக்கும் படிச் செய்யுங்கள்.

இன்றைய நாள் கடந்த கால நினைவுகளைத் தழுவட்டும். எதிர்கால கனவுகளில் ஏங்கட்டும்.

நன்மை, தீமை

 பின்னர் நகரத்தின் முதியவர் ஒருவர், "நன்மை தீமை பற்றி எங்களுக்குச் சொல்லுங்கள்" என்றார்.

அவர் பதில் சொன்னார்:

உங்களுக்குள் இருக்கும் நன்மையைப் பற்றிதான் நான் பேச முடியும். தீமையைப் பற்றியல்ல.

தீமை என்பது என்ன? நன்மை நசுக்கப்படும் போது அது தீமையாகிறது.

நன்மை பசித்திருக்கும்போது அது இருண்ட குகைகளிலும் உணவைத் தேடிச் செல்லும். அது தாகத்தால் தவிக்கும் போது தேங்கிய நீரைக்கூடக் குடிக்கும்.

நீங்கள் ஆன்மாவில் இணைந்திருக்கும்போது நல்லவர்.

ஆன்மாவில் இணைந்திராதபோது தீயவரல்லர்.

பாகம் பிரிக்கப்பட்ட வீடு திருடர்களின் குகையல்ல. அது வெறும் பலகூறுகளாக பிரிக்கப்பட்ட வீடு அவ்வளவு தான்.

பாய்மரம் இல்லாத கப்பல் பயங்கர பாறைகளைக் கொண்ட தீவுகளுக்கு இடையில் அலைந்து திரிந்தாலும் அப்படியே மூழ்கி தரையை தொட்டு விடாது.

உங்களையே இழக்கும் அளவுக்கு சேவை செய்யும் நீங்கள் நல்லவர்.

உங்கள் அடிப்படை வாழ்க்கைத் தேவைக்காக நீங்கள் பொருள் சேர்க்கும்போது நீங்கள் தீயவரல்லர்.

நீங்கள் உங்களுக்காக உழைக்கும்போது, பூமிக்குள் அகழ்ந்து சென்று அங்கிருக்கும் அமுதத்தை உறிஞ்சிக் குடிக்கும் வேர்கள் நீங்கள்.

"என்னைப்போல் இரு. இருப்பதையெல்லாம் அள்ளிக் கொடு" என்று பழம் வேரைப் பார்த்து நிச்சயம் சொல்லாது.

அள்ளிக் கொடுப்பது பழத்தின் இயல்பு. பெற்றுக் கொள்வது வேரின் தன்மை.

பிறரிடம் பேசும்போது விழிப்புடன் இருங்கள்.

உறக்கத்தின்போது உங்கள் நாக்கு அர்த்தமற்ற சொற் களை உதிர்த்தால் நீங்கள் தீயவர் அல்லர். தடுமாற்றத்துடன் கூடிய பேச்சுக்கூட பலவீனமான நாவை பலப்படுத்தும்.

உங்கள் இலட்சியத்தை நோக்கி உறுதியுடன் அச்சமின்றி நடைபோடும் போது நீங்கள் நல்லவர்.

அங்கே மெல்ல ஊர்ந்து செல்வதால் நீங்கள் தீயவரல்லர். மெல்ல தள்ளாடி நடப்பவர்கள் பின்னுக்குப் போய் விடுவதில்லை.

நீங்கள் பலமானவர்கள். விரைவில் நடக்கும் ஆற்றல் பெற்றவர்கள். ஆனால் பலவீனமானவர்களை மாற்றுத் திறனாளிகளை முந்திச் செல்ல முயற்சிக்காதீர்கள். அதுவே கருணை மிக்க செயல்.

எண்ணற்ற வழிகளில் நீங்கள் நல்லவர். நீங்கள் நல்லவர்களாக இல்லாத போது தீயவர் அல்லர்.

நீங்கள் சோம்பித் திரிகிறீர்கள். அவ்வளவுதான். கலைமான்கள் ஆமைகளுக்கு வேகத்தை சொல்லித்தர முயற்சிப்பது பரிதாப கரமானது.

உங்களது ஆன்மபலத்தில்தான் உங்கள் உயர்வு அடங்கி யிருக்கிறது. ஆன்மபலத்தை அடையும் அந்த ஆவலில்தான் உங்கள் முழுமை அடங்கியிருக்கிறது.

அந்த அளப்பரிய ஆவல் உங்களில் சிலருக்கு பெரு வெள்ளமாய் பெருக்கெடுத்தோடி கடைசியில் கடலில் கலக்கும் நதியைப் போல், குன்றுகளின் இரகசியங்களையும், காடுகளில் எழும் இனிய இசையையும் சுமந்து செல்லும்.

மற்றவர்களுக்கு அது ஆழமற்ற வளைவு, நெளிவுகளில் நீர்வற்றிப்போய் வறண்டுபோகிற நீரோடை அது.

ஆசைமிக்கவன், ஆசை குறைந்தவனிடம்

"நீ ஏன் மெதுவாக நின்று நின்று நடந்து போகிறாய்" என்று கேட்கக் கூடாது.

நிர்வாணமாக நடப்பவனிடம் "உன் உடை எங்கே" என்று நல்லவர்கள் கேட்கக் கூடாது. வீடு இல்லாதவர்களிடம் "உன் வீட்டிற்கு என்ன நடந்தது" என்று கேட்கக் கூடாது.

பிரார்த்தனை

ஒரு பெண் துறவி எங்களுக்கு "பிரார்த்தனையை"ப் பற்றி சொல்லுங்கள் என்று கேட்டார்.

அவர் பதில் சொன்னார்:

நீங்கள் உங்கள் துன்பத்தின் போதும், தேவை ஏற்படும் போதும் வழிபாடு செய்கிறீர்கள். நீங்கள் மகிழ்ச்சியின் உச்சத்தில் இருக்கும் போதும், வளம் கொழிக்கும் நிலையில் கூட நீங்கள் இறைவனை வழிபட வேண்டும்.

வழிபாடு என்பது என்ன? ஆன்ம ஒளியை விரிவு படுத்துவது தானே!

உங்கள் வசதிக்காக இருளை எங்கும் பரப்புகிறீர்கள். உங்கள் மகிழ்ச்சிக்காக விடியலின் வெளிச்சத்தை உங்கள் இதயத்தில் ஏந்தி நிற்கிறீர்கள்.

உங்கள் ஆன்மா வழிபாட்டிற்கு உங்களை அழைக்கும் போது நீங்கள் சோகத்தின் தாக்கத்தில் இருந்தாலும், அது மீண்டும் மீண்டும் உங்களை அழைத்து உங்கள் மனதில் மாற்றத்தை ஏற்படுத்தி புன்முறுவலலிக்கச் செய்யும்.

நீங்கள் வழிபாடு செய்யும்போது உயர்ந்து நிற்கிறீர்கள். அதே நேரத்தில் உங்களைப் போலவே வழிபாடு செய்பவர் களோடு அன்பால் சங்கமிக்கிறீர்கள். அவ்வாறு செய்யாத வர்களை நீங்கள் சந்திக்க இயலாது.

இறைவனுடன் இரண்டறக் கலப்பதற்காக மட்டுமே ஆலயத்திற்குச் செல்லுகிறீர்கள்.

வேண்டாமை என்ற இலட்சியத்தை இதயத்தில் ஏந்தி ஆலயத்திற்குச் செல்லுங்கள். வழிபாடு செய்யும்போது எதையும் கேட்காதீர்கள்.

உங்களை தாழ்வுபடுத்திக் கொள்வதற்காக ஆலயத்திற்குச் சென்றால் நீங்கள் உயர்த்தப்படமாட்டீர்கள். மற்றவர்கள் நலனுக்காக நீங்கள் மண்டியிட்டு வேண்டுதல் செய்தாலும் அது கேட்கப்பட மாட்டாது.

யாரும் காணாமல் தன்னடக்கத்துடன் ஆலயம் செல்வது மேலானது.

வெறும் சொற்களால் இறைவனை வணங்கும் முறையை நான் உங்களுக்குக் கற்றுத்தரமாட்டேன்.

உங்கள் சொற்கள் இறைவன் வழியாக உங்கள் உதடுகளால் உச்சரிக்கப்படும்போது மட்டுமே இறைவன் அதற்கு செவிமடுப்பான்.

உயர்ந்த மலைகளும், அடர்ந்த காடுகளும், ஆழம்மிக்க அலை வீசும் கடல்களும் இசைக்கின்ற வழிபாட்டை உங்களுக்கு என்னால் சொல்லித்தர இயலாது.

நீங்கள் மலைகளின் மைந்தன். கானகங்கள் ஈன்றெடுத்த குழந்தைகள். கடலில் பிறந்த மழலைகள். இயற்கைத்தரும் இனிய வழிபாட்டை நீங்கள் இதயத்தில் ஏந்தி மகிழ வேண்டும்.

இரவின் அமைதியில் அந்த இயற்கை அழகு உங்களிடம் பேசுவதைக் கேளுங்கள்.

இறைவன் நமது ஆன்மாவின் மறுவடிவே. அவரது விருப்பமே நம்முள் வியாபித்திருக்கிறது.

மாறிவரும் பகலும் இரவும் அவரது ஆணைகளே! எங்களுக்கு என்ன தேவை என்பதை நாங்கள் அறிவதற்கு முன்னரே அவர் அறிவார். எனவே எதையும் கேட்டுப் பெறும் அவசியம் எங்களுக்கு இல்லை.

நீங்களே எங்கள் தேவை. தங்களையே எங்களுக்கு வழங்கும் போது எல்லாவற்றையுமே கொடுத்து விடுகிறீர்கள்.

மகிழ்ச்சி

 வருடத்திற்கு ஒருமுறை அந்த நகரத்திற்கு வருகை தரும் ஒரு துறவி "மகிழ்ச்சி" பற்றி எங்களுக்குச் சொல்லுங்கள் என்று கேட்டார்.

அவர் சொன்னார்:
மகிழ்ச்சி என்பது விடுதலை கீதம்.
ஆனால் அது விடுதலை அன்று.
அவை உங்கள் ஆசைகளில் பூத்த மலர்கள்.
ஆனால் அது அவற்றின் கனியல்ல.
அது உயரத்திற்கு அழைத்துச் செல்லும் ஆழம்.
ஆனால் அது ஆழமும் அல்ல. உயரமும் அல்ல.
அது கூண்டுக்கிளி. சிறகை விரிக்கிறது.
அது விரிந்த பரப்பை தனதாக்கிக் கொள்ள இயலாதது
உண்மையில் மகிழ்ச்சி என்பது சுதந்திர கீதம்.

நிறைந்த மனதுடன் நீங்கள் பாடுவதை நான் மகிழ்ச்சியுடன் கேட்பேன். ஆனால் அதில் உங்கள் இதயத்தை இழந்து விடுவதை நான் விரும்பவில்லை.

மகிழ்ச்சியில் எல்லாமே அடங்கி இருக்கிறது என்று எண்ணி அதை தேடும் வேட்டையில் இறங்காதீர்கள். உங்கள் செயல்கள் மதிப்பீடு செய்யப்படுகிறது. தவறு செய்தால் தண்டனைக்கு ஆளாவீர்கள்.

நான் அவைகளை அவற்றின் போக்கில் விட்டு அவை தேடட்டும் என்று விட்டுவிடுவேன். கண்டிப்பதோ, மதிப்பீடு செய்வதோ இல்லை. கிழங்குகளைத் தேடி பூமியைத் தோண்டியவனுக்கு புதையல் கிடைத்தது பற்றி நீங்கள் கேள்விப்பட்டதில்லையா?

முதியவர்கள் சிலர் மகிழ்ச்சியை மனச்சுமையாகக் கருது கிறார்கள். மது அருந்திவிட்டு மயக்கத்தில் கூத்தடிப்பவர்களை மனதில் கொண்டு மகிழ்ச்சி என்றாலே தவறாக நினைக் கிறார்கள்.

அந்த வருத்தம் மனதை மறைத்து நிற்கும் மேக மூட்டம். தெளிவான மனதில் தோன்றும் வெளிச்சம் அல்ல.

உங்கள் கடந்தகால மகிழ்ச்சிமிக்க நாட்களை நன்றியுடன் நினைவில் கொள்ளுங்கள், கோடைகால அறுவடையின் போது விவசாயிகள் அடையும் மகிழ்ச்சியைப்போல.

எனினும் வருந்துவதில் ஆறுதலும் சுகமும் பெறுபவர் களை அப்படியே விட்டுவிடுங்கள்.

உங்களில் சிலருக்கு மகிழ்ச்சியை தேடிச் செல்லும் இளமையோ, நடந்ததை நினைத்து அசைபோடும் முதுமையோ இல்லை.

தேடுதல் முயற்சியில், இருக்கும் மகிழ்ச்சியையும் அவர்கள் தொலைத்து விடுகிறார்கள். மனம் காயப்பட்ட நிலையில் துன்பப்படுகிறார்கள்.

மகிழ்ச்சியை துறப்பது அவர்களுக்கு ஒருவகை மகிழ்ச்சி போலும்.

நடுங்கும் கரங்களால் கிழங்குகள் தேடி அவர்கள் பூமியைத் தோண்டும்போது அவர்களுக்கும் புதையல் கிடைக்கவே செய்கிறது.

ஆனால் ஆன்மாவைக் காயப்படுத்தக் கூடியவன் யாரென்று சொல்லுங்கள்.

இரவின் அமைதியை பாடும் பறவைகளால் பாதிக்கச் செய்ய முடியுமா? மின்மினிப் பூச்சிகளால் விண்மீன்கள் தரும் ஒளியை மறைக்க முடியுமா?

நீங்கள் உருவாக்கும் நெருப்போ, அது எழுப்பும் புகை மண்டலமோ காற்றின் திசையை மாற்றி அமைக்குமா?

உங்கள் ஆன்மா தேங்கிய குட்டையல்ல. கிளறியவுடன் குழம்புவதற்கு.

அவ்வப்போது பொங்கிவரும் ஆசையை புறம் தள்ளுகிறீர்கள். அவை எங்கும் போவதில்லை. உங்கள் ஜீவன் எங்கே உற்பத்தியாகிறதோ அங்கேயே அடைக்கலம் பெறுகிறது.

இன்று தவிர்க்கப்பட்டது நாளையின் வருகைக்கு காத்திருக்கும் என்பது யாருக்குத் தெரியும்?

உங்கள் உடலுக்கு அதன் முந்தைய வரலாறு தெரியும். அதன் தேவைகளை அது அறியும். அதை ஏமாற்ற முடியாது.

உங்கள் உடல் ஆன்மாவின் அழகிய வீணை. அதில் இனிய இசையை மட்டுமே மீட்டுங்கள். அமங்கலங்களைத் தவிருங்கள்.

உங்கள் இதயத்திடம் கேளுங்கள், "மகிழ்ச்சியில் நன்மை எது தீமை எது என்பதை நாங்கள் அறிவது எப்படி" என்று.

உங்கள் வயல்களுக்கும் தோட்டங்களுக்கும் செல்லுங்கள். மலர்களிலிருந்து தேன் எடுப்பதைத்தான் தேனீக்கள் மகிழ்ச்சியின் உச்சமாகக் கருதுவதை உணர்வீர்கள்.

மலர்கள் கூட மகிழ்வோடுதான் தன் தேனை வண்டுகளுக்கு வாரி வழங்குகின்றன.

தேனீக்கு மலர்தான் ஜீவ ஊற்று.

மலருக்கு தேனீதான் காதல் தூதுவன்.

ஒருவருக்கொருவர் கொடுப்பதிலும் பெறுவதிலும் இவை பெறுவது தேவைமட்டுமல்ல; பேரின்பமும்.

அன்பு நிறைந்த ஆர்பலீஸ் நகர மக்களே, உங்கள் வாழ்வில் மலர்களைப்போல், அதனை மொய்க்கும் வண்டுகள் போல் ஆனந்த வெள்ளத்தில் வாழுங்கள்.

அழகு

 ஒரு கவிஞர் "அழகைப்பற்றி எங்களிடம் பேசுங்கள்" என்று கேட்டார்.

அவர் பேச ஆரம்பித்தார்:

நீங்கள் அழகை எங்கு சென்று தேடுவீர்கள், அவள் உங்கள் வழியும் வழிகாட்டுதலுமாக இல்லாதவரையில் அவளை எவ்வாறு அடையாளம் காண்பீர்கள்?

நீங்கள் பேசும் சொற்களின் செவாளியி அவள் இல்லாத வரையில் அவளைப்பற்றி உங்களால் எவ்வாறு பேச இயலும்?

அழகு, அன்பும் பண்பும் நிறைந்தது

பெருமை நிறைந்ததாய் அரை நாணத்துடன் நடந்து செல்வது போல அழகு அடிமேல் அடிவைத்துச் செல்லுகிறது.

உணர்ச்சிமிக்கவர்கள் கூறுவார்கள், இல்லை, இல்லை அழகு வலிமைமிக்கது; அஞ்சத்தக்கது என்று.

கடும் புயலைப்போல் பூமியையும் நம் தலைக்கும் மேலே உள்ள வானத்தையும் அசைத்துக்காட்டும் என்று

களைத்துப் போனவர்கள் கூறுவார்கள்:

அழகு என்பது மெல்லிய முனகல், ஆன்மாவின் குரல் என்று.

அவளது மெல்லிய குரல் நமது ஆழ்ந்த மௌனத்தில் சங்கமிக்கிறது. விளக்கின் ஒளி கடைசியில் நிழலில் தஞ்சமடைவது போல.

மன அமைதி இல்லாதவர்கள் கூறுகிறார்கள், அவளது கூக்குரலை மலைகளிடையே கேட்டிருக்கிறோம் என்று.

அவளது ஓங்காரக் கூச்சல் குதிரைகளின் குளம்படி சப்தம் போலவும் பறவைகளின் சிறகடிக்கும் ஓசை போலவும், சிங்கத்தின் கர்ஜனை போலவும் கேட்கும் என்று கூறுவார்கள்.

"பொழுது விடிகிறது. அழகு மலர்கிறது" என்று நகரின் இரவு நேரக் காவலாளிகள் கூறுகிறார்கள்.

மயங்கும் மாலைப் பொழுதில் கொள்ளை அழகு பூமியில் படர்வதைப் பார்த்திருக்கிறோம் என்று மாலுமிகளும் கடற் பயணிகளும் சொல்லுகிறார்கள்.

கடும்பனிக்காலத்தில் அவள் மலைமீது தாவி வருவாள். மறவாமல் வேனில்காலத்தையும் கூடவே அழைத்து வருவாள் – இது பனிப் பிரதேச குடிமகனின் கூற்று.

இலையுதிர் காலத்தில் கலை நயத்துடன் அவள் நடனமாடுகிறாள். அவள் தலை முடியில் பனிப் படலங்களைப் பார்த்திருக்கிறோம். இப்படிக் கூறுவது விவசாயிகள்.

அழகைப்பற்றி நீங்கள் இப்படியெல்லாம் சொன்னீர்கள். ஆனால் உண்மையில் நீங்கள் அழகைப்பற்றிப் பேசவில்லை. உங்கள் இதயத்தில் தேங்கிக் கிடக்கும் உங்கள் நிறைவேறாத ஆசைகளையே வெளிப்படுத்தினீர்கள்.

அழகு என்பது தேவையை பூர்த்தி செய்யும் கருவியல்ல. அது ஒரு ஆனந்த பரவசநிலை. இதயத்தில் பொங்கி எழும் ஆன்மப் பிரவாகம்.

அழகு கண்களுக்குப் புலனாகும் பருப்பொருள் அல்ல. செவிகளுக்கு விருந்தளிக்கும் சங்கீதமும் அல்ல.

ஆனால் விழிகள் மூடிய நிலையிலும் அழகு உங்கள் கண்களுக்குக் காட்சியளிக்கும். செவிகள் மூடிய நிலையிலும் அந்த இசை உங்கள் காதுகளில் ரீங்காரம் செய்யும்.

அழகு என்பது பூத்துக் குலுங்கும் மலர் தோட்டம். பறந்து திரிந்து பரவசமூட்டும் தேவதைகளின் கூட்டம்.

ஆர்பலீஸ் மக்களே! வாழ்க்கை தன் முகத்திரையை நீக்கும் போது அழகு மிளிர்கிறது.

நீங்கள்தான் வாழ்க்கை. அதனை மூடியிருக்கும் திரையும் நீங்களே.

அழகு நிலையானது. அது கண்ணாடியில் தன்னைத் தானே பார்த்துக் கொள்கிறது.

ஆனால் நீங்களே அந்த அழகின் நிரந்தரம். நீங்களே அந்தக் கண்ணாடி.

மதம்

 'மதம் பற்றி பேசுங்கள்' என்று ஒரு மதகுரு கேட்டுக் கொண்டார்.

அவர் சொன்னார்:

"இந்த நாளில் நான் வேறு எதைப் பற்றிப் பேசினேன்? எல்லாச் செயல்களுக்கும், விளைவுகளுக்கும் மதம்தானே பின்புலம்.

என்றாலும் அது செயலோ, விளைவோ அல்ல. அது ஆன்மாவில் ஊற்றெடுத்துப் பெருகும் அற்புதம். கரங்கள் கற் சிலைகளை வடித்தலும், அழகிய ஆடைகளை நெய்தலும் கூட மதம் அல்லவா?

ஒவ்வொருவர் செய்யும் பணியிலும் நம்பிக்கை இழைந் தோடுகிற தல்லவா? ஒன்றிலிருந்து மற்றொன்றை பிரிக்க இயலுமா?

வாழ்வியல் காலங்களை கடைபரப்பி, "இது கடவுளுக்கு, இது எனக்கு, இது என் உயிருக்கு, இது என் உடலுக்கு" என்று பங்கீடு செய்ய முடியுமா?

காலங்கள் சிறகு விரித்து வானத்தில் பறக்கின்றன. தன்னுயிர் நுண்ணுயிர் ஜீவாத்மா பரமாத்மாவை நோக்கி பயணிக்கிறது.

ஒழுக்கம் என்ற வரம்புக்குள் தன்னை உட்படுத்திக் கொள்பவன் இனிய இசை எழுப்பும் பறவையை கூண்டில் அடைப்பவன்.

சுதந்திரப் பாடல்கள் மூடிய கதவுகளை கடந்து வருவதில்லை.

வழிபாடு என்பது திறக்கவும், மூடவும் வசதியுள்ள ஜன்னல். காலமெல்லாம் திறந்தே இருக்கிறது. ஆனால் அந்த ஆன்ம வீட்டிற்குள் நுழையாதவர்கள் பற்றி என்ன சொல்வது?

அன்றாட அறவாழ்க்கைத்தான் உங்கள் உண்மையான கோயில், மதம். அதற்குள் நீங்கள் நுழையும்போது உங்கள் உடைமைகள் அனைத்தோடும் நுழைகிறீர்கள்.

கலப்பையோ, கருவிகளோ, குழலோ, பொருளோ உங்களிடம் உள்ள அனைத்தோடும் நுழைகிறீர்கள்.

உங்கள் தேவையை நிறைவு செய்யும் கருவிகள் உங்கள் மகிழ்ச்சிக்காகவே உருவாக்கப்பட்டவை.

மகிழ்ச்சியின் உச்சத்தில் கூட உங்கள் சாதனைகளுக்கு மேல் உங்களால் உயரமுடியாது. தோல்விகளுக்குக் கீழே விழவும் முடியாது.

எல்லா மனிதர்களையும் உங்களுடன் இணைத்துக் கொள்ளுங்கள்.

போற்றுதல், தூற்றுதல் என்று எதுவாயினும் உங்கள் செயல் பாடுகள் ஒரு வரம்பிற்கு உட்பட்டதே.

இறைவனை அறிய முயலுங்கள். புதிர்களுக்கு விடை தேடி அலையவேண்டாம்.

நீங்கள் உங்களையே ஆழ்ந்து நோக்குங்கள். அப்போது இறைவன் உங்கள் மழலைச் செல்வங்களுடன் கொஞ்சி விளையாடுவதைக் காணலாம்.

விண்வெளியை நன்கு பாருங்கள். இறைவன் இருகரங் களையும் நீட்டியபடி மேகக் கூட்டங்களில் நடந்து

செல்வதைக் காணலாம். மின்னல் வெட்டிலும், பொழியும் மழையிலும் அவன் கொள்ளை அழகை கண்குளிரப் பருகலாம்.

மலர்கள் விரியும்போது அவன் சிரிக்கிறான். மகிழ்ச்சியில் மேலெழுந்து மரங்களில் நின்று கையசைக்கிறான்.

மரணம்

 பின்னர் அல்மித்ரா பேசினாள்: "இப்போது எங்களுக்கு மரணத்தைப் பற்றி சொல்லுங்கள்".

அவர் சொன்னார்:

வாழ்க்கைக்கான கருப்பொருளை அறியாமல் மரணத்திற்கான காரணங்களை தெரிந்து கொள்வது எப்படி?

இரவில் பார்வைத் திறன் கொண்ட ஆந்தை பகலில் குருடு. ஒளியின் மகிமையை அதனால் வெளிப்படுத்த முடியாது.

ஆன்ம உள்ளொளியை உணரும் ஆற்றல் உங்களுக்கு இருக்குமேயானால், உங்கள் இதயக்கதவுகளை அகலத் திறந்து உலகுக்குக் காட்டுங்கள்.

வாழ்வும், மரணமும் ஒன்றே. ஆறும், கடலும் ஒன்றிணைவது போல.

உங்கள் நம்பிக்கை, ஆசைகளின் ஆழத்தில் வரையறை கடந்த ஞானம் அமைதியில் ஆழ்ந்திருக்கிறது.

விதைக்கப்பட்ட விதைகள் முளைத்துவர கனவு காண்பது போல் உங்கள் இதயம் வசந்தத்தின் வருகைக்காக கனவு காண்கிறது.

கனவுகளை நம்புங்கள். அதுதான் நிரந்தரத்தின் நுழைவு வாயில்.

அச்சத்தில் கைகள் நடுங்க அரசன் முன்நிற்கும் ஆட்டிடையனைப் போல் மரணத்தைக் கண்டு பயப்படுகிறீர்கள். அரசன் இடையனை அரவணைத்துக் கொள்ளவே அழைத்தார் என்பதை மறந்து விடுகிறீர்கள்.

அரசன் அளிக்கும் பரிசினைப் பெறும்போதுகூட அந்த ஆட்டிடையனின் கரங்கள் நடுங்கத்தானே செய்யும்?

மரணம் என்பது என்ன? காற்றில் கலந்து, கதிரவன் ஒளியில் நிறைந்து நிற்பதுதானே!

மூச்சு நின்றால் என்ன? வீழ்ந்தும் எழுந்தும் ஓய்வின்றி உழைக்கின்ற கடல் அலை போன்றது வாழ்க்கை. அந்தத் தளையை அறுத்தெறிந்து இறைவனுடன் இரண்டறக் கலப்பதுதானே மரணம். பின்னர் அச்சம் ஏன்?

அமைதி தரும் வெகுமதியே சங்கீதம்.

மலையை அடைந்த பிறகுதான் ஏற முயற்சிக்க வேண்டும்.

தரையில் கால்கள் பதியாமல் நடனமாட முடியாது?

விடைபெறல்

இப்போது இனிய மாலைப்பொழுது. பெண்துறவி அல்மித்ரா கூறினார். உங்கள் ஆன்மா பேசிய இடம் இது. எனவே இந்த பூமியும், இந்த நாளும் புனிதம் அடைகிறது.

அவர் கேட்டார்: இங்கு பேசியது நானா? பேசியவனும் கேட்டவனும் ஒருவனே அல்லவா?

பின்னர் அவர் கோயில் படிகளை கடந்து சென்று கப்பலின் மேல்தளத்தில் ஏறி நின்றார். மக்கள் பின் தொடர்ந்தார்கள்.

திரண்டிருந்த மக்கள் கூட்டத்தைப் பார்த்து அவர் உரத்த குரலில் பேசினார்:

"அன்பார்ந்த என் ஆர்பலீஸ் மக்களே! உங்களைப் பிரியும் நேரம். காற்று என்னை வழியனுப்புகிறது. நான் காற்றின் வேகத்தைவிட சற்று குறைவாகவே செயல் படுகிறேன். எனினும் நான் போகத்தான் வேண்டும்.

ஞானிகள் எப்போதும் தனிமையையே நாடுகிறார்கள். அவர்கள் நாடோடிகள். ஒருநாள் முடியும் இடத்தில் அவர்களுக்கு மறுநாள் துவங்குவதில்லை. கதிரவன் மறையும் நேரத்தில் ஒரு இடம், உதயமாகும் நேரத்தில் வேறொரு இடம். இதுவே எங்கள் வாழ்க்கை நியதி.

அன்னை பூமி ஆழ்துயிலில் அமைதி கொண்டிருக்கும் போதுகூட எங்கள் பயணம் நிற்பதில்லை.

நாங்கள் வேரில் பழுத்தபலா. முதிர்ந்தநிலையில் எங்கும் மணம் வீசுகிறோம். நாங்கள் தரும் விதை எங்கும் தூவப்பட்டு காற்றோடு காற்றாக கலந்துவிடுகிறது.

நான் உங்களுடன் வாழ்ந்த காலம் மிகக் குறைவே. நான் பேசியது அதனினும் மிகக் குறைவே.

எனினும் எனது குரல் உங்கள் செவிகளில் மங்கிவிடும் போது எனது அன்பு உங்கள் நினைவுகளில் மறையும்போது நான் மீண்டும் வருவேன்.

நிறைந்த இதயத்தோடும், ஆன்மாவுடன் உறைந்து உறவாடும் உதடுகளுடனும் உங்களைக் காண நான் மீண்டும் வருவேன்.

காலம் கட்டளையிடும். மீண்டும் வருவேன். மரணத்தின் நிழல் என்னை மறைக்கலாம். ஆழ்ந்த மௌனம் என்னைச் சூழலாம். எனினும் மீண்டும் வருவேன். உங்களுடன் உறவாடுவேன்.

என் ஞானத் தேடல் வீண் போகாது.

வாய்மையின் வழிநின்று வார்த்தைகள் என்னிடமிருந்து வெளி வந்திருக்குமானால் அவை உங்கள் இதயங்களில் தாக்கத்தை ஏற்படுத்தி இருக்கும். உண்மைக்குத் தன்னை வெளிப்படுத்திக் கொள்ளும் ஆற்றல் உண்டு. நல்ல இதயங்கள் அதை இலகுவாய் புரிந்து கொள்ளும்.

ஆர்பலீஸ் மக்களே! நான் காலத்தோடு கரைந்து செல்கிறேன். வெறுமையில் வீழ்ந்து விடவில்லை.

என் அன்பு போதுமானதாக இல்லாவிட்டாலும் உங்கள் ஆன்மீகத் தேடலை நிறைவு செய்யாத வகையில் அமைந் திருந்தாலும், நான் மீண்டும் வேறொரு நாளில் வருவேன். உங்கள் ஆவலைப் பூர்த்தி செய்வேன்.

மனிதனின் தேவைகள் மாறுகின்றன. ஆனால் அன்பு மாறுவதில்லை. தேவைகளை நிறைவேற்றிக் கொள்ளும் ஆவலில் அன்பு தடம் புரள்வதில்லை.

மீண்டும் வருவேன். மௌன மலையாக.

கதிரவனின் ஒளிபட்டு கரைந்து மேலே செல்லுகிற பனித்துளி மீண்டும் வான் மழையாய் திரும்பி விடுகிறது.

நான் அந்த மூடுபனி.

இரவின் அமைதியில் நான் உங்கள் தெருக்களில் நடந்தேன். எனது ஆன்மா உங்கள் இல்லங்களில் குடிகொண்டது.

உங்கள் இதயத்துடிப்புகளை என் நெஞ்சில் சுமந்தேன். உங்கள் மூச்சுக் காற்று என் முகத்தில் முத்திரை பதித்தன. உங்களை என்னிலும் அதிகமாய் அறிந்தவர் யார்?

உங்கள் சுகமும் துக்கமும் என்னுள் சங்கமம். உங்கள் கனவுகள், எனது கனவுகள்.

கரடுமுரடான மலைகளுக்கு மத்தியில் நான் தாகம் தணிக்கும் நீரோடையாக இருந்திருக்கிறேன்.

மலைகளின் சிகரங்களை உங்களுக்குக் காட்டியிருக்கிறேன். வளைவுகளையும், சரிவுகளையும், நெளிவுகளையும்கூட உங்களுக்கு காட்டியிருக்கிறேன். உங்கள் சிந்தனைகளையும், ஆசைகளையும்கூட அவ்வப்போது படம்பிடித்துக் காட்டியிருக்கிறேன்.

என் மௌனத்தில் உங்கள் மழலைகளின் சிரிப்பொலியும், இளைஞர்களின் ஆசைகளும், அருவியாய், அழகிய நதியாய் ஓடிவந்தன.

அவை என்னை வந்தடைந்தன. ஆனால் இசைப்பதை மட்டும் நிறுத்தவே இல்லை. உங்கள் அன்பு என்னை ஆரத் தழுவியது.

கண்களுக்குப் புலனாகும் மனிதன் வெறும் அணுக்களின் சேர்க்கையே. தசையும், எலும்பும் சேர்ந்த கலவையே. கண்ணுக்குப் புலனாகாமல் நுண்பொருளாய் நிறைந்திருக்கும் மனிதனே உண்மையான மனிதன்.

அவனின் மந்திர ஒலிக்குமுன் உங்கள் சங்கீதம் வெறும் ஓசையே.

அந்த மாமனிதனின் அரவணைப்பில் நீங்களும் ஒரு மாமனிதரே.

உங்கள் விழிகள் பாசத்துடன் அவன்மீது படருகின்றன. நானும் உங்களைமிக்க அன்புடன் பார்க்கிறேன்.

வெறுமைப் பிரதேசத்தில் அன்பு எவ்வளவு தூரம் சென்றடைய முடியும்?

அன்பின் வேகத்தை எட்டிப்பிடிக்க எந்த சக்தியால் இயலும். எதிர்பார்ப்புகள், கனவுகள், யூகங்கள் இவை எதுவும் அன்பின் ஓட்டத்தை நெருங்கக்கூட முடியாது.

கனிந்து மணம் வீசும் ஆப்பிள் பழங்களால் அலங்கரிக் கப்பட்ட தேக்கு மரம்போல் அந்த மாமனிதன் உங்கள் மனத்துக்குள் இருக்கிறான்.

அவனது வலிமை உங்களை இந்த பூமியோடு பிணைக்கிறது. அவனிடமிருந்து வருகிற நறுமணம் உங்களை விண்வெளிக்கு உயர்த்துகிறது. அவன் தரும் உறுதியில் உங்களுக்கு மரணமற்ற பெருவாழ்வு கிடைக்கிறது.

நீங்கள் பலமான சங்கிலியில் ஒரு பலவீனமான இணைப்பு தான் என்று சிலர் சொல்லியிருப்பார்கள்.

இது பாதி உண்மை. நீங்களும் ஒருபலமான இணைப்பு தான். உங்களது சிறிய செயலைக் கொண்டு உங்களை மதிப்பீடு செய்வது ஆழ்கடலை அதில் பொங்கிவரும் பலவீனமான நுரையைக் கொண்டு எடைபோடுவதற்கு ஒப்பாகும்.

உங்கள் தோல்விகளைக் கொண்டு உங்களை மதிப்பீடு செய்வது மாறிவரும் பருவ காலங்களை குறை சொல்வது போன்றது.

நீங்கள் ஒரு கடல் போன்றவர்கள்.

உங்கள் கரைகளில் அலைகளுக்காக கப்பல்கள் காத்திருந் தாலும் கூட, கடலால் தனது அலைகளுக்கு கட்டளையிட முடியாது.

நீங்கள் பருவகாலங்களைப் போன்றவர்கள்.

உங்கள் பனிக்காலத்தில் வசந்தத்தை புறம் தள்ளுகிறீர்கள்.

எனினும் வசந்தம் பாதிக்கப்படுவதில்லை. மயங்கிய நிலையில் உங்களைப் பார்த்து புன்முறுவல் செய்கிறது.

இவற்றையெல்லாம் நான் உங்களிடம் சொல்வது "அவர் நன்கு நம்மை பாராட்டினார். அவர் நம்மிடம் நிறைந்திருக்கும் நன்மையை மட்டுமே கண்டார்" என்று நீங்கள் ஒருவருக்கொருவர் சொல்லி மகிழ்வதற்காக அல்ல.

நீங்கள் உள்ளார்ந்து உணர்ந்திருக்கும் உண்மைகளைத்தான் நான் சொற்களால் உரைத்தேன்.

சொல்லறிவு என்பது என்ன? சொல்லப்படாத சொற்களின் அறிவின் நிழல்தானே!

உங்கள் சிந்தனைகளும், எனது சொற்களும் பூட்டி பாதுகாக்கப்பட்ட பெட்டகத்திலிருந்து புறப்பட்டு வரும் நேற்றைய நினைவுகளின் அலைகள்தானே!

பூமி தன்னையும் பிறரையும் அறிந்திராத பழையகாலம்;

பேரறிவு பெற்ற பெருமக்கள் தாங்கள் போற்றிப் பாதுகாத்து வைத்திருக்கும் ஞானம் எனும் பெரும் செல்வத்தை வாரிவழங்க உங்களைத் தேடி வந்தார்கள். நானோ உங்கள் ஞானத்தை பெற்றுக் கொள்வதற்காக வந்திருக்கிறேன்.

ஞானத்தினும் மேலான ஒன்றை நான் கண்டிருக்கிறேன். அதுதான் உள்ளொளி எனும் சுடர்விட்டு எரியும் ஜோதி.

அந்த ஜோதி ஸ்வரூபத்தை தரிசிக்காமல் வீணாக உங்கள் நாட்களை எண்ணிக் கொண்டிருக்கிறீர்கள்.

அழியத்தக்க உடலுக்காக அழுது புலம்புபவர்கள் தான் எரிதழலுக்கு அஞ்சுகிறார்கள்.

புதை குழிகள் எங்கும் இல்லை.

அழகிய மலைகளும் பரந்து கிடக்கும் சமவெளிகளும் நாம் ஊஞ்சலாடும் தொட்டிகள். முன்னேற்றத்திற்கான படிக்கட்டுகள்.

உங்கள் முன்னோர்கள் அடக்கம் செய்யப்பட்ட புனிதமான இடங்களைக் கூர்ந்து பாருங்கள். அங்கே நீங்களும் உங்கள் குழந்தைகளும் கரம் கோத்து ஆடுகின்ற மகிழ்ச்சியினை பெறலாம்.

உங்களை அறியாமலே சில சமயங்களில் நீங்கள் மகிழ்ச்சி அலைகளை உண்டாக்குகிறீர்கள்.

மற்றவர்கள் உங்களிடம் வந்து செல்வமும் செல்வாக்கும் தருவதாக வாக்குறுதி அளித்திருக்கிறார்கள்.

நான் உங்களுக்கு எந்தவித வாக்குறுதியும் தரவில்லை. என்றாலும் நீங்கள் என்னிடம் மிகவும் பெருந்தன்மையுடன் நடந்து கொண்டீர்கள்.

ஒரு மனிதனின் வாழ்வியல் இலட்சியங்கள் அனைத்தும் வற்றாத நீருற்றாக நிலையான இடத்தை பெறும்போது அதனினும் மேலான பரிசு அவனுக்கு வேறென்ன இருக்க முடியும்?

இதில்தான் என் பெருமையும், பரிசும் அடங்கி இருக்கிறது.

இங்கு வரும்போதெல்லாம் நான் இங்குள்ள நீரூற்றில் நீர் அருந்துகிறேன். இங்குள்ள நீரூற்றும் என்னில் கலந்து என்னைக் குடிக்கிறது.

உங்களில் சிலர் என்னை அகந்தை மிக்கவனாகவும், பரிசுப் பொருட்களை ஏற்க நாணம் கொண்டவனாகவும் கருதக்கூடும்.

உழைப்பிற்கான ஊதியத்தைப் பெறுவதில்தான் நான் பெருமைப்படுகிறேன். பரிசுப் பொருட்களில் அல்ல.

அழகிய குன்றுகளுக்கிடையில் நீங்கள் என்னை அமர வைத்து அழகுபார்த்தபோது சுவைமிக்க பெர்ரி பழங்களை சாப்பிட்டி ருக்கிறேன்.

என்னைச் சுற்றி நீங்கள் பாதுகாப்பு அரணாக நின்ற போது நான் ஆலய வாயிலில் ஆழ்ந்து தூங்கியிருக்கிறேன்.

இரவென்றும் பகலென்றும் பாராமல் என்மீது நீங்கள் பெய்த பாசமழை என் உணவுக்கு சுவையூட்டியது; எனது உறக்கத்தில் இனிய கனவுகளை உருவாக்கின.

இதற்காக நான் உங்களை ஆசீர்வதிக்கிறேன். கொடுக்கிறோம் என்ற உணர்வே இல்லாமல் எல்லாவற்றையும் கொடுக்கிறீர்கள்.

கருணையின் ஆற்றல் கல்லையும் கரையச் செய்யும். தற்புகழ்ச்சி தவறுகளின் பிறப்பிடம்.

"அவர் தனிமையில் இனிமை காண்கிறார். அடர்ந்த காடுகளுக்கு மத்தியில் அவர் மரங்களுடன் உரையாடிக் கொண்டிருக்கிறார். மனிதர்களுக்கு ஆலோசனை வழங்குவதில்லை" என்று சொன்னீர்கள்.

"அவர் குன்றின் உச்சியிலிருந்து அடிவாரத்தில் உள்ள நகரத்தைப் பார்த்துக் கொண்டிருப்பதாகவும் கூறினீர்கள்.

தூரத்தில் இல்லாமல் ஒருவன் எப்படி அருகில் இருக்க முடியும்? நீங்கள் கேட்பது எனக்குப் புரிகிறது.

"அந்நியரே, அந்நியரே எட்ட முடியாத உயரத்தை தொட்டு நிற்பவரே, கழுகுகள் கூடு கட்டும் சிகரங்களிடையே ஏன் வசிக்கிறீர்கள்' என்று கேட்கிறீர்கள்.

அடைய இயலாததிற்கு ஏன் ஆலாய் பறக்கிறீர்கள்?

உங்கள் அலையில் எந்த புயலைப் பிடிக்கப் போகிறீர்கள்?

வானத்தில் வட்டமிடும் எந்தப் பறவையை நீங்கள் வேட்டையாடப் போகிறீர்கள்.

வந்து எங்களோடு சேர்ந்து கொள்ளுங்கள்.

இறங்கி வந்து உங்கள் பசியை நாங்கள் தரும் ரொட்டித் துண்டுகளால் போக்கிக் கொள்ளுங்கள்.

உங்கள் தாகத்தை நாங்கள் தரும் பழச்சாற்றால் தணித்துக் கொள்ளுங்கள்.

அவர்கள் தனிமையின் தாக்கத்தால், ஆன்ம உணர்வின் வெளிப்பாடாக இவற்றைச் சொன்னார்கள். அவர்களது தனிமை இன்னும் அதிகமாக இருந்திருந்தால், சுகமும், துக்கமும் எதனால் நிகழ்கின்றன என்ற ரகசியத்தை நான் தேடுகிறேன் என்பதை அவர்கள் உணர்ந்திருப்பார்கள்.

விண்ணில் மிதக்கும் உங்களது பிரம்மாண்டத்தை நான் வேட்டையாடினேன்.

ஆனால் வேட்டைக்காரனே வேட்டையாடப்பட்டான்.

என் வில்லிலிருந்து சீறிப்பாய்ந்த பல அம்புகள் என் இதயத்தில் பாய்ந்தன.

பறப்பவனே ஊர்ந்து செல்பவன்.

சூரியனின் சுடரொளியில் விரிந்த என் சிறகுகளின் நிழல் பூமியின் மேல்பரப்பில் ஆமை போல் படிந்தது.

நம்புகிறவனும் நானே; சந்தேகிப்பவனும் நானே.

என் கரங்கள் நான் பட்ட காயங்கள்மீது மெல்ல படரும் போது உங்களைப்பற்றி அதிகம் தெரிந்து கொள்கிறேன். அதிக நம்பிக்கை வைக்கிறேன்.

அந்த நம்பிக்கையிலும் அனுபவத்திலும் கூறுகிறேன். நீங்கள் உங்கள் புற உடலின் உள்ளடக்கம் அல்ல. வீட்டிலும், வயல்வெளிகளிலும் அடைக்கப்பட்ட சிறைப்பறவைகள் அல்ல.

நீங்கள் மலைமுகட்டில் வாழ்பவர்கள். காற்றில் கலந்து உறவாடுபவர்கள்.

அது வெப்பத்தைத் தேடி ஊர்ந்து செல்வன அல்ல. பாதுகாப்புக்காக பதுங்கு குழிகளை தோண்டுவனவும் அல்ல.

அது சுதந்திரமானது. பூமியில் பரவி வானில் சஞ்சரிப்பது.

இந்தச் சொற்கள் தெளிவற்றுத் தெரியுமானால், விளக்கம் தேடி அலையாதீர்கள்.

எல்லாவற்றின் ஆரம்பமும் தெளிவின்றி குழப்பமாகவே இருக்கும். ஆனால் முடிவுகள் அதற்கு மாறாக இருக்கும்.

என்னை ஒரு தொடக்கமாக நினைத்துக் கொள்ளுங்கள். பனியில்தான் உயிர்கள் ஜனிக்கின்றன. பளிங்குக் கற்களில் அல்ல.

என்னை நினைத்துப் பார்க்கையில் இதையும் நினைவில் கொள்ளுங்கள்.

உங்களில் பலவீனமானது எதுவோ அதுவே வலிமை மிக்கது.

உங்களை இயக்கும் மூச்சுக்காற்றுதான் உங்கள் எலும்பு களுக்கு வலிமை கொடுத்து நிமிர்ந்து நிற்கச் செய்கிறது. உண்மைதானே!

மறந்து போன உங்கள் கனவில் தானே இந்த அழகிய நகரம் வடிவமைக்கப்பட்டது?

மூச்சுக் காற்றின் இயக்க சக்தியை உணராமல் உங்களால் எதையும் காண இயலாது.

கனவுகளின் முனகல் ஒலியை கேட்கும் திறன் இருந்தால் உங்களுக்கு வேறு ஓசைகள் கேட்காது.

ஆனால் கேட்காமல் இருப்பதும் பேசாமல் இருப்பதும் நன்றே.

உங்கள் விழிகளை மறைத்து நிற்கும் திரையை அதை நெய்தவன்தான் நீக்கவேண்டும்.

உங்கள் செவிகளை அடைத்து நிற்கும் தடைகளை அதை உருவாக்கியவன்தான் அகற்ற வேண்டும்.

அப்போது நீங்கள் காணலாம்.

அப்போது நீங்கள் கேட்கலாம்.

என்றாலும் பார்வை இழந்த நிலையில் இருந்தமைக் காகவும் செவித்திறன் குறைந்தமைக்காகவும் நீங்கள் வருந்தத் தேவையில்லை.

அந்நாளில் கண்களுக்கும், செவிகளுக்கும் புலனாகாத பொருள்களில் நுண்பொருளை உங்களால் அறியமுடியும்.

அப்போது நீங்கள் ஒளியை வாழ்த்துவதுபோல் இருளையும் வாழ்த்துவீர்கள்.

இவை அனைத்தையும் சொன்னபின் அவர் ஒரு கணம் தன்னை தானே பார்த்துக் கொண்டார். கப்பல் புறப்பட

தயார் நிலையில் இருப்பதையும் அவர் கவனிக்கத் தவறவில்லை. அவர் மீண்டும் பேசினார்:

பொறுமை. மிகப் பொறுமை. பொறுமைதான் எனது கப்பலின் மாலுமி.

காற்று கடுமையாக வீசுகிறது. பாய்மரங்கள் படபடக்கின்றன.

துடுப்புகள் வழிமீது விழி வைத்துக் காத்திருக்கின்றன.

மாலுமிகள் என்னை ஆவலோடு பார்க்கிறார்கள். எனக்காக இனி அவர்கள் காத்திருக்க மாட்டார்கள்.

நான் தயாராக இருக்கிறேன்.

கடல் அன்னை தன் அன்பு மகனை மார்புறத் தழுவி மகிழ்ந்திட காத்திருக்கிறாள்.

ஆர்பலீஸ் நகர மக்களே! போய் வருகிறேன்.

இந்த நாள் முடிவடைந்து விட்டது.

அல்லி மலர் மொட்டவிழ்ந்து மூடுவதுபோல் இன்று, நாளையை தழுவுகிறது.

இங்கு அளிக்கப்பட்டது, பாதுகாக்கப்படும். அது போதவில்லை யென்றால் என் கரங்கள் மீண்டும் உங்களை நோக்கி நீளும்.

மறந்து விடாதீர்கள். மீண்டும் உங்களிடம் நான் திரும்பி வருவேன்.

சற்று நேரத்தில் எனது உடல் மண்ணிற்கு உணவாகும். ஆன்மா வேறொரு உடலைத் தேடும்.

சற்று நேரத்தில் நான் காற்றில் களைப்பாறுவேன். வேறொரு தாய் என்னை ஈன்றெடுப்பாள்.

உங்களோடு கழித்த இளமை நாட்களை நினைவில் ஏந்தி உங்களிடமிருந்து விடைபெறுகிறேன்.

நேற்றுதான் நாம் கனவில் சந்தித்தோம்.

நான் தனித்திருந்தபோது நீங்கள் எனக்காக இனிய இசை எழுப்பினீர்கள். நான் உங்கள் ஆவலை நிறைவேற்ற வானத்தில் ஒரு கோபுரம் கட்டினேன்.

ஆனால் இப்போது நமது உறக்கம் எங்கேயோ போய் விட்டது. கனவு கலைந்துவிட்டது. விடியல் வரவே இல்லை.

நண்பகல் நம்மை ஆட்கொண்டுவிட்டது. புறப்படும் நேரம் நெருங்கிவிட்டது. நாம் பிரியத்தான் வேண்டும்.

நினைவுகள் நீங்கும் முன் நாம் மீண்டும் சந்திப்போம். மனம் விட்டு உரையாடுவோம். இனிய பாடல்களை என் செவிகளில் நீங்கள் இசைக்கலாம்.

மீண்டும் கனவுகளில் நமது கரங்கள் இணையட்டும். வானத்தில் மற்றொரு அழகிய கோபுரத்தைக் கட்டுவோம்.

இவ்வாறு சொல்லிவிட்டு அவர் மாலுமிகளுக்கு தன் விழிகளால் குறிப்பொன்று விடுத்தார். குறிப்புணர்ந்த மாலுமிகள் கிழக்கு திசை நோக்கி தங்கள் கப்பலைச் செலுத்தினார்கள்.

கூடியிருந்த மக்கள் ஒன்றிணைந்து ஒரே நேரத்தில் எழுப்பிய அழுகை ஒலி விண்ணில்பட்டு, கடலில் தெறித்து ஓங்கார ஒலியாக எங்கும் வியாபித்தது.

துறவி அல்மித்திரா மட்டும் அமைதி காத்தார். அவரது கண்கள் நகர்ந்து செல்லும் கப்பல்மீது நிலைகுத்தி நின்றன. கப்பல் பார்வையிலிருந்து மறையும் வரை திறந்திருந்த அவரது இரு விழிகளும் மூடவே இல்லை.

அனைவரும் கலைந்து சென்ற பின்னரும் அல்மித்ரா மட்டும் கடற்கரை மணலில் கனத்த இதயத்தோடு சலனமின்றி அமர்ந்திருந்தார். அவளது செவிகளில் அவர் சொன்ன அருள் மொழிகள் ஒலித்த வண்ணம் இருந்தன.

"இன்னும் சற்று நேரத்தில் நான் காற்றில் கலந்து கணநேரம் ஓய்வெடுப்பேன். பின்னர் இன்னொரு பெண் என்னை ஈன்றெடுப்பாள்."

ஒரு வானம்பாடியின் வரலாறு

கலீல் ஜிப்ரான் லெபனான் நாட்டின் வடபகுதியில் பிஷாரி என்ற சிறிய கிராமத்தில் 1883ஆம் ஆண்டு ஜனவரி மாதம் 6ஆம் நாள் பிறந்தார். பிஷாரி செயற்கையின் நிழல்படாத இயற்கை வளம் மிக்க எழில் நிறைந்த சிற்றூர். லெபனான் மலை கடல் மட்டத்திலிருந்து சில ஆயிரம் அடிகள் உயரத்தில் அமைந்துள்ளது. மலையின் அழகுக்கு மெருகூட்டும் வகையில் அடர்ந்த குன்றுகளும், ஆங்காங்கே அணி வகுத்து நிற்கும் அழகிய நீருற்றுகளும், பார்க்குமிடமெங்கும் காட்சியளிக்கும் பசுமை நிறைந்த புல்வெளிகளும், செடி கொடிகளும், ஓங்கி வளர்ந்த மரங்களும் கலைக்கண் கொண்டு பார்ப்பவர்களுக்கு மது தரும் மயக்கத்தை உண்டாக்கும். இயற்கை அழகில் மட்டுமல்ல, செல்வச் செழிப்பிலும், கல்வி அறிவிலும் சிறந்து விளங்கிய ஊர் பிஷாரி.

இத்தகைய வரலாற்றுப் பின்னணியுள்ள நாட்டில்தான் ஜிப்ரான் பிறந்தார். இவரது இயற்பெயர் ஜிப்ரான் கலீல் ஜிப்ரான். ஆனால் நடைமுறையில் இவர் கலீல்ஜிப்ரான் என்று அழைக்கப்பட்டார். இவரது தந்தை பெயர் கலீல் ஜிப்ரான். அரபு நாட்டு பழக்கப்படி தந்தையின் பெயர் இடைப்பெயராக வர வேண்டும். ஜிப்ரானின் தந்தை பிஷாரில் வரிவசூலிக்கும் அலுவலராகப் பணியாற்றினார். அதிகம் படித்தவரில்லை. ஆரம்பக் கல்வி மட்டுமே பெற்றவர். மது அருந்துதல், சூதாடுதல் போன்ற தீய வழிகளில்

பணத்தைச் செலவழித்தார். மிகவும் முரட்டுத்தனமான இயல்பு கொண்டவர். அவரது மனைவியும், குழந்தைகளும் அவரைக் கண்டு பயந்தனர்.

தந்தையின் முரட்டுத்தனத்தையும், சர்வாதிகாரப் போக்கையும் ஜிப்ரான் வெறுத்தார். அவரது தந்தைக்கு கலையுணர்வு சிறிதும் இல்லை. கல்நெஞ்சக்காரர். இதனால் ஜிப்ரான் அவரிடமிருந்து விலகியே இருந்தார். தந்தைக்கும் மகனுக்கும் மோதல் ஏற்பட்ட சம்பவங்கள் பலஉண்டு.

ஆனால் அவரது தாயாரோ அன்பும், பண்பும் ஆற்றலும் நிறைந்தவர். அவரது பெயர் கமீலா இவர் ஸ்டீரிபன் ரகுமேஷ் என்பவரின் மகள். கமீலா தந்தை ஒரு பாதிரியார். கமீலா இளம் வயது முதலே நற்குணங்கள் நிரம்பிய பெண்ணாகத் திகழ்ந்தார். அப்படியே வளர்க்கப்பட்டார். இவர் திருமண வயதை அடைந்தபோது அவரது உறவினர்களில் ஒருவரான ஹன்னா அப்துல் சலாம் என்பவரை மணந்தார். இவர்களுக்கு பீட்டர் என்ற மகன் பிறந்தான்.

லெபனான் நாட்டில் அப்போது வேலை வாய்ப்பு மிகக்குறைவு. எனவே பெரும்பான்மையான மக்கள் வேலை தேடி பிரேசில் செல்வது வழக்கம். அதைப் போலவே 'ஹன்னாவும் பிரேசில் சென்றார். அங்கு சில காலம் வேலை பார்த்தார். பின்னர் அங்கேயே இறந்து போனார். இவரது மறைவுக்குப் பின் காமிலி இரண்டாவது திருமணம் செய்து கொண்டார். கணவனின் பெயர் கலீல் ஜிப்ரான். (கலீல் ஜிப்ரானின் தந்தை). இவர்களுக்கு ஜிப்ரான் கலீல் ஜிப்ரான் என்ற ஆண் குழந்தையும் மரியானா, மற்றும் சுல்தானா ஆகிய இரு பெண் குழந்தைகளும் பிறந்தனர்.

காமிலி குடும்பப் பொறுப்புமிக்கவர். தனது குழந்தைகளை நன்கு வளர்க்க வேண்டுமென்ற ஆர்வம் கொண்டவர். அரபு பிரஞ்சு மொழிகளில் நல்ல தேர்ச்சி பெற்றவர். இவர் தனது அன்பு மகன் ஜிப்ரானுக்கு குட்டிக் கதைகள் பைபிள் நிகழ்ச்சிகள், பழங்கால வரலாற்றுப் பதிவுகளைச் சொல்லி அவரை அறிவும், கற்பனை வளமும் மிக்க மனிதராக மாற்றினார். ஜிப்ரான் "முறிந்த சிறகுகள்" என்ற நூலில்

தன்னை உருவாக்கிய தாயார் பற்றி பெருமையோடு குறிப்பிடுகிறார்:

"மனித இனம் தனது உதடுகளால் உச்சரிக்கும் மிக உயர்ந்த அழகிய சொல் 'அம்மா' என்பதாகும். அம்மா என்று பாசத்தைக் குழைத்துக் குரல் எழுப்பும் போது அந்தச் சொல் இதயத்தின் அளவிடமுடியாத ஆழத்திலிருந்து வருகிறது. அனைத்தும் அன்னையே. அவளினும் மேலானது அவனியில் இல்லை. அவள் நாம் துயருற்றபோது துணை நிற்பவள். அல்லல்படும்போது அரவணைத்து ஆறுதல் சொல்லுபவள், சோதனை காலங்களில் நம்பிக்கை ஊட்டு பவள். நாம் பலவீனப்படும்போது பலம் அளிப்பவள். அவள் அன்பின் ஊற்றுக்கண். கருணையின் மறு வடிவம். தவறுகளை மன்னிக்கும் மனித தெய்வம்"

ஜிப்ரானின் குடும்பம் வறுமையில் வாடியது. குடும்பத்தின் அடிப்படைத் தேவைகளைக் கூட நிறைவு செய்யும் நிலையில் அவரது தந்தை இல்லை. பட்டகாலிலேயே படும் என்பது போல் அவரது தந்தை அவர் ஆற்றிய பணியில் மோசடிக் குற்றச்சாட்டுகளுக்கு ஆளானார். அவரது சொத்துக்கள் பறிமுதல் செய்யப்பட்டன. சோதனை களையும், வேதனைகளையும் தாங்கும் மன ஆற்றலை ஜிப்ரான் குடும்பம் கொஞ்சம் கொஞ்சமாக இழந்தது.

காலங்காலமாக லெபனான் பட்டு வியாபாரத்தில் கொடி கட்டிப் பறந்து கொண்டிருந்தது. இதற்குப் போட்டியாக ஜப்பானும், சீனாவும் களத்தில் குதித்தன. லெபனானின் ஏகபோகம் தகர்க்கப்பட்டு, போட்டியை சந்திக்கும் கட்டாயத்திற்கு ஆட்படுத்தப்பட்டது. இதன் விளைவாக மக்களில் பெரும்பகுதியினர் வேலை வாய்ப்பினை இழந்தனர். நாட்டின் வளம் குன்றியது. வறுமை மிகுந்தது. வணிகத்தில் தலை நிமிர்ந்து நின்ற லெபனான் தடுமாற ஆரம்பித்தது. திடீரென்று ஏற்பட்ட பொருளாதார சரிவின் காரணமாக மக்கள் வேலை வாய்ப்பைத் தேடி அமெரிக்கா, எகிப்து போன்ற பிறநாடுகளுக்கு இடம் பெயர்ந்தனர்.

வேறு வழியின்றி ஜிப்ரானின் குடும்பமும் அமெரிக்காவில் குடியேறியது. அந்தக் காலக்கட்டத்தில் பாஸ்டன் நகரில் லெபனான் நாட்டு மக்கள் அதிகம் வசித்தனர். ஜிப்ரானின்

குடும்பமும் பாஸ்டனைத் தேர்வு செய்து அங்கு குடிபெயர்ந்தனர். பாஸ்டன் நகரம் மக்கள் தொகை மிகுந்த பகுதி. லண்டனைப் போல் குடிசைகள் அதிகம். பகல் இரவு என்று பாராமல் மக்கள் நடமாட்டமும் ஆரவாரமும் எப்போதும் இருக்கும். லெபனான் தவழ்ந்து வரும் தென்றல் என்றால் பாஸ்டன் பாய்ந்து வரும் புயல்.

பாஸ்டனின் குடியேறிய ஜிப்ரானின் குடும்பம் ஆரம்ப காலங்களில் அனுபவித்தத் துன்பங்களுக்கு அளவே இல்லை. புதிய நாடு, புதிய ஊர், புதிய முகங்கள், பிழைக்க வழியில்லை. குழந்தைகளைக் காப்பாற்றும் பெரும் பொறுப்பு ஜிப்ரானின் தாயார் தலையில் வீழ்ந்தது. அன்னையார் ஆண்டவன் மீது பழியைப் போட்டு விட்டு மனத்திண்மையோடு செயலில் இறங்கினார்கள். குழந்தைகளைக் காப்பாற்ற தன்னையே அழித்துக் கொண்டது அந்த தியாக தீபம்.

விளையாட்டு பொம்மைகள், மணிமாலைகள், வளையல், ரிப்பன், ஆயத்த ஆடைகள், காலணிகள், அலங்காரப் பொருட்கள், மேஜை விரிப்புகள், பூவேலை செய்யப்பட்ட தலையணை உறைகள், பூங்கொத்து, கைக்கடிகாரங்கள், பிளாஸ்டிக் சாமான்கள் என்று சிறு சிறு பொருட்களாக வாங்கி அன்னையார் வியாபாரம் செய்தார்கள். சுற்றுலாப் பயணிகள் இவற்றை விரும்பி வாங்கிச் சென்றார்கள். இடைப்பட்ட நேரங்களில் துணிகள் தைத்துக் கொடுத்து வருவாய் ஈட்டினார்கள். ஓய்வுக்கு ஓய்வு கொடுத்து விட்டு நாள் முழுவதும் உழைத்து அன்னையார் குடும்பத்தைக் காப்பாற்றினார்.

ஜிப்ரானின் இரு சகோதரிகளான மரியானா மற்றும் சுல்தானா பள்ளிக்குச் செல்லவில்லை. அவர்கள் தங்கள் தாயாருக்கு அவருடைய வியாபாரத்தில் உதவி செய்தார்கள். மூவருடைய இடைவிடாத உழைப்பால் குடும்பம் முன்னேற ஆரம்பித்தது. ஜிப்ரானை வியாபாரத்தில் ஈடுபடுத்த அவரது அன்னை விரும்பவில்லை. ஜிப்ரான் நன்கு படித்து ஒரு உயர்ந்த இடத்தை பெற வேண்டும் என்பதே அவரது லட்சியமாக இருந்தது. அன்னையின் ஆர்வத்தை நிறைவு செய்ய வேண்டுமென்ற வைராக்கியம் ஜிப்ரானுக்கு இருந்தது.

ஜிப்ரான் பாஸ்டனிலுள்ள குயின்சி மாணவர் பள்ளியில் சேர்ந்து படித்தார். இங்குதான் இவரது இயற்பெயரான ஜிப்ரான் கலீல் ஜிப்ரான் என்ற பெயர் தவறாக உச்சரிக்கப் பட்டு பின்னர் கலீல் ஜிப்ரான் என்று சுருக்கமாக அழைக்கப் பட்டது. அமெரிக்காவில் ஆங்கிலம் தெரியாமல் எதையும் சாதிக்க இயலாது. ஜிப்ரானுக்கு ஆங்கிலத்தில் போதிய பயிற்சி இல்லை. இவர் படித்த பள்ளியில் வெளிநாட்டு மாணவர்களுக்கு சிறப்பு வகுப்புகள் நடத்தி ஆங்கிலம் கற்றுத் தரப்பட்டது. ஜிப்ரான் அத்தகைய வகுப்புகளில் சேர்ந்து ஆர்வமுடன் ஆங்கிலம் படித்தார். தனது தனித்திறமையின் மூலம் ஆசிரியர்களின் நன்மதிப்பைப் பெற்றார். ஓவியம் வரைவதில் ஜிப்ரானுக்கு இருந்த அற்புத ஆற்றல் ஆசிரியர்களின் பாராட்டுக்களை பெற்றுத் தந்தன. எனினும் அவருக்கு பாஸ்டன் நகரின் ஆரவாரமும் அலங்கோலமும், நிற வெறியும் எரிச்சலூட்டின. இவற்றை கடந்து ஆசிரியர்கள் காட்டிய அளவற்ற அன்பு அவரைக் கட்டிப் போட்டது.

மேரி எலிசபத் ஹோஸ்கல் என்பவர் ஆற்றல்மிக்க அமெரிக்க பெண். தெற்கு கரோலினாவில் ஒரு பள்ளியில் ஆசிரியையாகப் பணியாற்றிக் கொண்டிருந்தார். இவர் நல்ல உயரம். உயரத்திற்கேற்ற உறுதியான கட்டுடல். பொலிவு மிக்கத் தோற்றம். அலையும் கண்கள். உடல் முழுவதும் பொங்கி வழியும் உற்சாகம். சிக்கனமான சிக்கென்ற உடை. அளவான ஆபரணங்கள். புன்னகை தவழும் செந்நிற உதடுகள். புற அழகு மட்டுமல்ல. அக அழகும் மிக்கவர். சிறந்த அறிவாளி. நுண்கலைகளில் ஆர்வம் மிக்கவர். நாடறிந்த நல்ல எழுத்தாளர். பத்திரிகை ஆசிரியர். தக்காரைத் தேடிச் சென்று பாராட்டும் பேருள்ளம் கொண்டவர். இவர் ஜிப்ரானின் ஓவியங்களில் மனதைப்பறிகொடுத்தார். ஜிப்ரானின் புகழ் உலகம் முழுவதும் பரவ வேண்டுமென்று விரும்பினார். ஜிப்ரானின் ஓவியக் கண்காட்சிகள் அமெரிக் காவில் பல இடங்களிலும் நடப்பதற்கு வேண்டிய அனைத்து ஏற்பாடுகளையும் அவரே முன்னின்று செய்தார். ஹோஸ்கலின் இடைவிடாத முயற்சியால் ஜிப்ரானின் புகழ் அமெரிக்க முழுவதும் பரவ ஆரம்பித்தது.

இருண்டு கிடந்த ஜிப்ரானின் வாழ்வில் புதிய அத்தியாயம் தொடங்கியது.

கலைகளின் தொட்டில் பாரிஸ் மாநகரம். ஆற்றல்மிக்க கலைஞர்களை உலகத்திற்கு அடையாளம் காட்டும் கேந்திரமாக பாரிஸ் விளங்கியது. அறிஞர்களும், விஞ்ஞானிகளும் கை வினைஞர்களும் கலைஞர்களும் கரம் கோர்த்து பவனி வரும் அழகிய காட்சி அங்கு அன்றாட நிகழ்ச்சி. மேரி ஹோஸ்கல் ஜிப்ரான் பாரிஸ் சென்று உயர் கல்வி பெற வேண்டுமென்று விரும்பினார். அதற்கான பொருட்செலவுகள் அனைத்தையும் அவரே ஏற்றார். மேரியின் அன்பு வேண்டுகோளை ஏற்று ஜிப்ரான் பாரிசுக்குச் சென்றார். பாரிஸ் வாழ்க்கை அவரது புதிய பரிமாணங்களை உலகம் அறிவதற்கு அடித்தளம் அமைத்துக் கொடுத்தது.

ஜிப்ரான் கடுமையான உழைப்பாளி. எந்தப் பணியை எடுத்துக் கொண்டாலும் அந்தப் பணி நிறைவு பெருகிற வரையில் இரவு பகல் பாராமல் இடைவிடாது உழைத்துக் கொண்டே இருப்பார். அவரது தேவையெல்லாம் சூடான சுவைமிக்க காபி. விரல் இடுக்குகளில் புகைந்து கொண்டே இருக்கும் சிகரெட். தனிமைதான் அவருக்கு இனிமை. இயற்கையின் வனப்பில் தன்னை இழப்பார். அவரது சிந்தனைகள் காட்டாற்று வெள்ளம். எந்தச் சட்டங்களுக்கும் கட்டுப்படாதது.

ஜிப்ரான் 5 அடி 3 அங்குளம் கொண்டவர். காண்பவர் மயங்கும் கவர்ச்சிமிக்கவர். நீண்ட சுருள் முடி. மாசு மருவற்ற முகம். கூர்மையான கண்கள். இவரைத் தேடி வந்த பெண்கள் பலர். ஏமாந்து போனவர்கள் சிலர். இவரது அக வாழ்விலும் புறவாழ்விலும் பெண்களின் பங்கு கணிசமானது. இவரது ரசனை விசித்திரமானது. சில சமயங்களில் அயர்லாந்தில் தயாரிக்கப்பட்ட நவீன சூட் அணிவார். வேறு சில சமயங்களில் வண்ணக்கலவை எங்கும் பரவிய சாதாரண உடையில் காணப்படுவார். அவ்வப் போது பிரான்ஸ் நாட்டு உடையில் நடமாடுவார். எந்த உடை அணிந்தாலும் அவர் வசீகரமாக காட்சியளிப்பார்.

ஜிப்ரானின் எழுத்துக்கள் தனித்தன்மை பெற்றவை. உயர்ந்த கருத்துக்களை உள்ளடக்கியவை. அவரது விடுதலை வேட்கை, சமூக நீதியை நிலை நாட்டுவதில் உள்ள அக்கரை, பெண்ணுரி மைக்காகப் போராடும் ஆண்மை, நலிந்தவர்கள் மீது கொண்ட அன்பு, போன்ற அவரது நல்லியல்புகளை "ஆன்மப்புரட்சி" என்ற நூலில் காணலாம். இவரது முற்போக்குக் கருத்துக்களை பிடிக்காத துருக்கிய வெறியன் ஒருவன் இவரை வெகு அருகிலிருந்து சுட்டான். குறி தவறியதால் இறையருளால் ஜிப்ரான் உயிர் தப்பினார். எனினும் ஜிப்ரான் மனம் தளரவில்லை. ஒடுக்கப்பட்ட மக்களுக்காக தனது படைப்புகளில் தொடர்ந்து உரிமைக் குரல் எழுப்பினார். ஏழைகளின் அவல நிலையை படம் பிடித்துக் காட்டினார். வன்முறைக்கு எதிராக மக்களை அணிதிரட்டினார். மனித உரிமைகளுக்காக ஓய்வின்றி போராடினார்.

ஜிப்ரான் பிறப்பால், வளர்ப்பால் வாழ்வியல் நெறிகளால் ஒரு கிறித்தவர். எனினும் இஸ்லாமிய மதத்தின் மீது மிகுந்த மதிப்பு வைத்திருந்தார். அரபு மொழி இலக்கியத்தில் குரான் பெற்றிருந்த உயரிய இடத்தை அவர் உணர்ந்திருந்தார். அவர் ஒருமுறை கூறினார்: "என் இதயத்தில் ஒரு பக்கம் ஏசுவும், மறுபக்கம் முகமது நபியும் நிறைந்திருக்கிறார்." இஸ்லாமியர்களும், கிறித்தவர்களும் இணக்கத்துடன் வாழவேண்டுமென்று அவர் விரும்பினார்.

ஜிப்ரான் மத நல்லிணக்கத்திற்கு வித்திட்டார். 1911ஆம் ஆண்டு இத்தாலி துருக்கியின் மீது தாக்குதல் தொடுத்தது. இதன் விளைவாக மத்திய கிழக்கு நாடுகளில் போர்மேகம் சூழ்ந்தது. மக்கள் பீதியில் உறைந்தனர். ஜிப்ரான் அமைதிக்கான முயற்சியில் ஈடுபட்டார். இஸ்லாமும், கிறித்தவமும் முரண்பட்ட மதங்களல்ல என்ற தனது கருத்தை பகிரங்கமாக வெளிப்படுத்தினார். ஜிப்ரானின் அரிய கருத்துக்கள் மக்கள் ஆதரவைப் பெற்றன. புஷ்ரு மற்றும் ஜென்கின்ஸ் போன்ற புகழ்பெற்ற எழுத்தாளர்கள் ஜிப்ரானின் வாழ்க்கை வரலாற்றை எழுதியுள்ளார்கள். அந்நூலில் அவர்கள் குறிப்பிடுகிறார்கள்:

"இதே காலக்கட்டத்தில்தான் அண்ணல் மகாத்மா காந்தி தென் ஆப்பிரிக்காவில் வன்முறை நீங்கிய அறவழிப் போராட்டத்தைத் தொடங்கினார். இந்தச் சமயத்தில்தான் ஜிப்ரான் புலன் பெயர்ந்த பாஸ்டன் வாழ் அரேபிய மக்களிடத்தில் பேசினார். அந்தக் கூட்டத்தில் மதவெறியை சாடினார். அனைத்து மதப் பிரிவினரும் ஒன்றுபட்டு வாழ வேண்டுமென்று வலியுறுத்தினார். அரேபிய பத்திரிகைகள் இவரது கருத்துக்களை "ஒரு தீர்க்கதரிசியின் குரல்" என்ற தலைப்பில் வெளியிட்டன. ஜிப்ரானின் கருத்துக்கள் காந்தியடிகளின் அணுகுமுறைக்கு ஏற்ப அமைந்திருந்தன என்று ஜிப்ரான் வாழ்க்கை வரலாற்று நூலாசிரியர்கள் தங்களது நூலில் பதிவு செய்துள்ளனர்.

ஜிப்ரானின் எழுத்துக்கள் அமெரிக்க மக்களைப் பெரிதும் கவர்ந்தன. அவரைப் பார்க்க கூட்டம் அலைமோதியது. ஒருகாலக்கட்டத்தில் அமெரிக்காவில் அவருக்கு 70000 ரசிகர்கள் இருந்தார்கள். எனினும் அவர் புகழை விரும்பினாரில்லை. தனிமையே அவருக்கு இனிமையாக இருந்தது. நெருக்கடிமிக்க நகர வாழ்க்கையை வெறுத்தார். ஒரு படைப்பாளிக்கு ஏற்ற இடமாக பாஸ்டன் நகரை அவர் கருதவில்லை. இயற்கை எழில்மிக்க அவரது சொந்த ஊரான பிஷாரியே அவரது கனவிலும் நனவிலும் நிலை கொண்டிருந்தன. எனினும் அவரது இலக்கியப்பணி தொய்வின்றி தொடர்ந்தது.

அமெரிக்காவில் உள்ள புகழ்பெற்ற எழுத்தாளர்கள் ஜிப்ரானின் அலுவலகத்திற்கே தேடி வந்து அவருக்கு ஒரு ரூபி மோதிரத்தைப் பரிசாக அளித்தனர். ஜிப்ரான் அதனை தனது ஆள் காட்டி விரலில் அணிந்து கொண்டார். பொதுவாக ஜிப்ரான் தன் மீது மிக அதிகமாக யாரும் அன்புகாட்டுவதை கொள்ளை அளவில் ஏற்பதில்லை. "நம் மீது கண் மூடித்தனமாக அன்பு செலுத்துபவர்கள் கடைசியில் நம்மையறியாமலே நம்மை அடிமைப்படுத்தி விடுகிறார்கள்" என்று அவர் அடிக்கடி கூறுவதுண்டு.

ஜிப்ரான் உலகம் போற்றும் ஒப்பற்ற படைப்பாளி. அவருடைய முதல் ஆங்கில நூலான "பைத்தியக்காரன்"

1918ஆம் ஆண்டு வெளிவந்தது. இந்த நூல் பிரஞ்சு இத்தாலி ரஷ்ய மொழிகளில் மொழி பெயர்க்கப்பட்டன. ஜிப்ரானின் எழுத்துக்களில் மாபெரும் எழுத்தாளரான நீட்சேயின் தாக்கத்தைக் காணலாம்.

ஜிப்ரானின் புகழ்பெற்ற "முறிந்த சிறகுகள்" என்ற நூல் 1912ஆம் ஆண்டு வெளிவந்தது. இந்த நூலில் ஜிப்ரான் தனது இளமைக் கால லெபனான் வாழ்க்கையை சித்தரித் துள்ளார். லெபனானில் தான் சந்தித்த வேதனைகளையும் சோதனைகளையும் பட்டியலிட்டுள்ளார். "முறிந்த சிறகுகள்" மிகச் சிறந்த படைப்பு என்று உலக எழுத்தாளர்களால் பாராட்டப்பட்டது.

1914ஆம் ஆண்டு ஜிப்ரான் எழுதிய "இஸ்லாமுக்கு பகிரங்கக் கடிதம்" என்ற நூல் வெளியிடப்பட்டது. இந்த நூல் அவர் பத்திரிகைகளுக்கு எழுதிய கட்டுரைகளின் தொகுப்பு. இந்த நூலில் துருக்கிய ஆக்கிரமிப்புக்கு எதிரான அவரது கருத்துக்கள் இடம் பெற்றிருக்கின்றன. 'புயல்' என்ற தலைப்பில் ஒரு நூல் வெளியிடப்பட்டது. 1912ஆம் ஆண்டு முதல் 1918 ஆண்டுவரை அவர் பல்வேறு பத்திரிகைகளுக்கு எழுதிய கட்டுரைகளின் தொகுப்பு இந்த நூல். இந்த நூல் வெளிவந்தவுடன் ஜிப்ரானின் எழுத்து வன்மையை உலகம் உணர்ந்தது.

ஜிப்ரான் அரபுமொழியில் எழுதிய "ஊர்வலம்" என்ற நூல் 1919ஆம் ஆண்டு வெளிவந்தது. அவரது "முன்னோடி" என்ற இரண்டாவது ஆங்கில நூல் 1920ஆம் ஆண்டு வெளியிடப்பட்டது. இந்த நூலின் முதல் வாக்கியம் "Your are your own solesummer" என்பதாகும். உங்களுக்கு நீங்களே முன்னோடி" இந்த நூல் அதிக அளவில் விற்பனையாயிற்று.

ஜிப்ரானின் "மனிதனின் புதல்வன் ஏசு" ("Jesus the son of Man") என்ற புகழ்பெற்ற நூல் 1928ஆம் ஆண்டு வெளி வந்தது. இந்த நூலில் ஜிப்ரான் ஏசுவை நல்லிதயம் படைத்த ஒரு சமூகப் போராளியாக சித்தரித்திருந்தார். புகழ்பெற்ற எழுத்தாளர் வில்லியம் பிளேக்கின் கருத்தும் ஜிப்ரானின் எண்ண ஓட்டமும் ஒரே மாதிரியாக இருப்பதாகக் கூறி

பத்திரிகைகள் பாராட்டின. ஜிப்ரானின் "மணலும் நுரையும்" என்ற நூலிலும் வில்லியம் பிளேக்கின் தாக்கத்தைக் காணலாம்.

ஜிப்ரான் அடிப்படையில் ஒரு போராளி. சமூகப் பார்வை மிக்கவர். போர் குணம் நிறைந்தவர். புதுமைகளை விரும்பி ஏற்பவர். "ஒரு புரட்சியின் தொடக்கம்" என்ற அவரது நூலில் அடிமைத்தனத்திற்கு எதிராக அவர் எழுப்பியுள்ள உரிமைக் குரலைக் காணலாம். ஒட்டமான் பேரரசின் ஆணவப் போக்கையும் ஆக்கிரமிப்பு வெறியையும் இந் நூலில் அவர் வன்மையாகக் கண்டித்துள்ளார். கிறித்தவர்களும் இஸ்லாமியரும் ஒன்று சேர்ந்து ஒட்டமான் அரசுக்கு எதிராக போராட வேண்டுமென்று அறை கூவல் விடுத்துள்ளார். இந்த நூல் அரசியல் உலகில் ஒரு பெரிய தாக்கத்தை ஏற்படுத்தியது.

சிரியா எகிப்து போன்ற நாடுகளில் உள்ள சிலர் ஜிப்ரானுக்கு எதிரான பிரச்சாரங்களில் ஈடுபட்டனர். ஜிப்ரானை மத விரோதி என்றும் நாட்டின் சட்டங்களை எதிர்ப்பவர் என்றும், குடும்ப உறவு முறைகளை ஏற்காதவர் என்றும், பழைய பண்பாடு கலாச்சாரங்களை குழிதோண்டிப் புதைப்பவர் என்றும் பிரச்சாரம் செய்தனர்.

ஜிப்ரான் தனக்கு எதிராகச் செய்யப்படும் பிரச்சாரங் களைக் குறித்து சிறிதும் அஞ்சவில்லை. வழக்கம் போல் அவர் தனது எழுத்துக்களில் தேவலாயங்களையும், ஆட்சியாளர்களையும் கடுமையாக விமர்சித்தார். அவரது கடைசி நூலான "நாடோடி" வரை இந்தத் தாக்குதல் தொடர்ந்தது. "ஆன்மப்புரட்சி" என்ற தனது நூலில் ஜிப்ரான் பாதிரியார்களை ஏமாற்றுக்காரர்கள் என்று வர்ணித்தார். ஜிப்ரான் ஒரு மதவிரோதி என்று எதிரிகள் செய்த பிரச்சாரமும் உச்சக்கட்டத்தை அடைந்தது.

எதிரிகளின் பிரச்சாரத்தை ஜிப்ரான் ஆண்மையோடு எதிர் கொண்டார். ஒரு காலக்கட்டத்தில் ஜிப்ரான் கூறினார்.

"எனக்கு எதிராகச் செய்யப்படுகிற பிரச்சாரங்களை நான் ஏற்கிறேன். அவர்கள் என்மீது சுமத்துகிற குற்றச்சாட்டுகள்

அனைத்தும் உண்மையே நான் மனிதர்கள் இயற்றிய செயற்கையான சட்டங்களை விரும்பவில்லை. நமது முன்னோர்கள் காட்டிய பழமையான பாதையில் நடை போடுவதை நான் ஏற்கவில்லை. அன்பு மட்டுமே நாட்டின் சட்டமாக இருக்க வேண்டும். அன்பு தான் இறைவன் மனிதனுக்கு அளித்த அருட்கொடை சமுதாயம் பண்பட ஆன்மிக உணர்வுகள் அவசியம்."

ஜிப்ரானின் புதுமைக் கருத்துக்கள் உலக முற்போக்கு எழுத்தாளர்களின் பாராட்டுகளைப் பெற்றது. சர்வதேசப் புகழ் பெற்ற புரட்சிக் கவிஞர்களான சோலோ லேமர்டைன் போன்றவர்களுடன் ஜிப்ரானை ஒப்பிட்டு மகிழ்ந்தனர். ஆனால் மதகுருமார்களோ ஜிப்ரானுக்கு எதிராக நடவடிக்கை எடுக்க வேண்டும் என்பதில் தீவிரமாக இருந்தார்கள். மதகுருமார்கள் ஒன்று கூடி ஜிப்ரான மதவிரோதி என்று காரணம் காட்டி கிறித்தவமதத்திலிருந்து விலக்கி வைக்க முயற்சித்தார்கள். எனினும் சான்றோர்கள் பலரின் தலையீட்டால் மதகுருமார்களின் முயற்சி வெற்றி பெறவில்லை.

ஜிப்ரானின் படைப்புகளில் சாகாவரம் பெற்ற இலக்கியப் பெட்டகமாகக் கருதப்படுவது "தீர்க்கதரிசி" என்ற உரைநடைக் கவிதை நூலாகும். "தீர்க்கதரிசி" 1923ஆம் ஆண்டு வெளியிடப்பட்டது. "The Arabian Nights" என்ற இலக்கியப் படைப்பிற்கு ஈடாக 'தீர்க்கதரிசி' உலகப் புகழ் பெற்றது. விற்பனையில் பைபிலுக்கு அடுத்தபடியாக 'தீர்க்கதரிசி' முதல் இடத்தைப் பிடித்து சாதனை நிகழ்த்தியது. "தீர்க்கதரிசி" வெளிவந்தவுடன் ஜிப்ரானின் புகழ் எங்கும் பரவியது. "தீர்க்கதரிசி" 25 மொழிகளில் மொழிபெயர்க்கப்பட்டது. ஜிப்ரானின் ரசிகர்கள் எல்லா நாடுகளிலும் உருவானார்கள். அவரது கொள்கைகள், "ஜிப்ரானிசம்" என்று அழைக்கப்படும் அளவுக்கு அவர் உயர்ந்து நின்றார். அவரது இல்லம் அவரது ஆதரவாளர் களால் நிரம்பி வழிந்தது. ஜிப்ரானையும் ஒரு தீர்க்க தரிசியாகவே கருதி அவரிடம் ஆலோசனை கேட்க வந்தவர்கள், இழைத்த குற்றங்களுக்கு மன்னிப்பு கேட்க

வந்தவர்கள், அவரை வணங்கி வாழ்த்து பெற வந்தவர்கள் என்று அவரது வீடு மக்கள் வெள்ளத்தில் மூழ்கியது.

உலகப் பத்திரிகைகள் அனைத்தும் ஜிப்ரானைப் பாராட்டி செய்திகள் வெளியிட்டன. "நியூயார்க் டைம்ஸில்" உபநிடதங்களில் வருகிற தத்துவ ஞானிகள் போல், கௌதம புத்தரைப் போல் ஹிப்ரூ முனிவர்களைப் போல் ஜிப்ரானின் தீர்க்கதரிசி உருவாக்கப் பட்டிருப்பதாக புகழாரம் சூட்டிமகிழ்ந்தது.

'தீர்க்கதரிசி' வெளிவந்த பிறகு ஜிப்ரானின் புகழ் வளர்ந்து கொண்டே போனது. ஆனால் அவரது உடல்நிலை தேய்ந்து கொண்டே போனது. அவரது இல்லம் மக்கள் கூட்டத்தால் நிரம்பி வழிந்ததால் அவருக்கு ஓய்வு என்பதே இல்லாமல் போனது. அவர் அடிக்கடி நோய் வாய்ப் பட்டார். உடல் எடை குறைய ஆரம்பித்தது. அவரது முகம் களை இழக்க ஆரம்பித்தது.

ஒரு கட்டத்தில் அவருக்கு 'எக்ஸ்ரே' எடுக்கப்பட்டது. அதில் அவரது கல்லீரல் வீங்கியிருப்பது கண்டு பிடிக்கப் பட்டது. அவரது நண்பர்களும் ஆதரவாளர்களும் அவருக்கு அறுவை சிகிச்சைக்கு ஏற்பாடு செய்தார்கள். ஆனால் எந்தவித சிகிச்சையும் மேற்கொள்ள ஜிப்ரான் மறுத்தார். தன் வலியை மறக்க அவர் அடிக்கடி மது அருந்த ஆரம்பித்தார். அவரது நிலைமை நாளுக்கு நாள் மோசமாகிக் கொண்டே போனது.

1931ஆம் ஆண்டு ஏப்ரல் மாதம் 10ஆம் நாள் அன்னா ஜான்சன் உணவு எடுத்துக் கொண்டு அவரைக் காண வந்தார். ஜிப்ரானின் அறைக்கதவைத் திறந்த அவர் அதிர்ச்சியில் உறைந்து போனார். ஜிப்ரானின் உடல் நிலை மிக மோசமாகக் காணப்பட்டது. அவர் உடனே ஜிப்ரானின் நெருங்கிய நண்பரான லினோபெல் ஜேக்கப்புக்கு டெலிபோன் செய்து நிலைமையை விளக்கினார். ஜேக்கப் வரும்போதே டாக்டரையும் உடன் அழைத்து வந்தார். ஜிப்ரானை பரிசோதித்த மருத்துவர் அவரை உடனே ஒரு நல்ல மருத்து வமனையில் சேர்க்கும்படி அறிவுறுத்தினார். ஜிப்ரான் மருத்து

வமனையில் சேர விரும்பவில்லை. அந்த ஆலோசனையை அவர் நிராகரித்தார்.

மறுநாள் காலை 10.30 மணி அளவில் ஜிப்ரான் நினைவிழந்தார். அவரது சகோதரி மரியானாவுக்கு தகவல் தெரிவிக்கப்பட்டது. அவர் உடனே புறப்பட்டு மருத்துவ மனைக்கு வந்து சேர்ந்தார். எமிலி மிச்சல், பார்பாராங்யப் ஆகியோர் ஜிப்ரான் அருகிலேயே சோகமாக நின்றிருந்தனர். ஜிப்ரானை விதியிலிருந்து மீட்கும் சக்தி மருத்துவர்களுக்கு இல்லை. ஜிப்ரான் 1931ஆம் ஆண்டு வெள்ளிக்கிழமை ஏப்ரல் 10ஆம் நாள் ஈஸ்டர் நாளில் மறைந்தார். அவருக்கு ஏற்பட்ட வியாதி கல்லீரல் மற்றும் நுரையீரலில் ஏற்பட்ட எலும்புருக்கி நோய் என்று கண்டறியப்பட்டது.

மரியானா மேரி ஹேஸ்கலுக்கு ஜிப்ரானின் மரணத்தை தெரிவித்தனர். கலைக் கண்காட்சி ஒன்றை நடத்திக் கொண்டிருந்த ஹேஸ்கல் செய்தி அறிந்தவுடன் ரயில் மூலம் வந்து சேர்ந்தார். ஜிப்ரானின் உடல் மலர் மாலைகளால் அலங்கரிக்கப்பட்டது. நூற்றுக்கணக்கான மக்கள் வரிசையாக நின்று தங்கள் இறுதி மரியாதையை இறவாப் புகழ்பெற்ற அந்தப் பெருங்கவிஞனுக்கு செலுத்தினர். அமெரிக்காவில் வசித்த 700க்கும் மேற்பட்ட லெபனானிய மக்கள் திரண்டு வந்து தங்கள் உயிரினும் மேலாக நேசித்த அந்தக் கவிஞனுக்கு கண்ணீர் அஞ்சலி செலுத்தினர்.

பின்னர் அவரது உடல் லெபனான் எடுத்துச் செல்லப் பட்டது. லெபனானில் அரசுக்குச் சொந்தமான பெரிய அரங்கத்தில் பொதுமக்கள் பார்வைக்காக வைக்கப்பட்டது. அமைச்சர்கள் வெளிநாட்டுத் தூதர்கள், கிரேக்க சிரிய மதகுருமார்கள் மரோனைட் கிறித்தவர்கள், இராணுவ அதிகாரிகள், அரசு அதிகாரிகள், பள்ளிமாணவர்கள், ஆயிரக்கணக்கான பொதுமக்கள் அணிவகுத்துச் செல்ல அவரது உடல் ஊர்வலமாக எடுத்துச் செல்லப்பட்டது. பின்னர் அரசுமரியாதையுடன் நல்லடக்கம் செய்யப்பட்டது. அன்று மாலை அரசு சார்பில் நடைபெற்ற இரங்கல் கூட்டத்தில் ஜனாதிபதி சார்லஸ் டபாஸ் தலைமை வகித்து இரங்கல் உரை நிகழ்த்தினார். அந்தக் கூட்டத்தில்

பன்னாட்டு பேரறிஞர்களும், பெருங்கவிஞர்களும் கலந்து கொண்டு கவியுலக மாமன்னன் ஜிப்ரானுக்கு புகழஞ்சலி செலுத்தினார்கள்.

"சற்று நேரத்தில் காற்றில் ஒரு கணம் ஓய்வெடுப்பேன்...
பின் இன்னொரு பெண் என்னைப் பெற்றெடுப்பாள்."

என்று பாடிய கவிஞனுக்கு மரணம் ஏது?

காலத்தைவென்ற பெருங்கவிஞன் ஜிப்ரான் இன்றும் வாழ்கிறார். என்றும் வாழ்வார்.

வாழ்க ஜிப்ரான்.